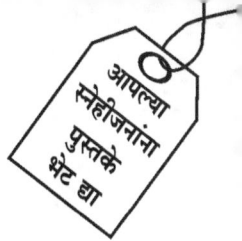

आपल्या स्नेहीजनांना पुस्तके भेट द्या

सूर्यकमळे

I0678682

वि. स. खांडेकर

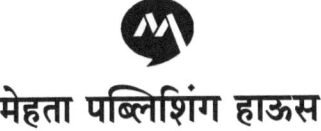

मेहता पब्लिशिंग हाऊस

✆ +91 020-24476924 / 24460313

Email : info@mehtapublishinghouse.com
production@mehtapublishinghouse.com
sales@mehtapublishinghouse.com

Website : www.mehtapublishinghouse.com

- *या पुस्तकातील लेखकाची मते, घटना, वर्णने ही त्या लेखकाची असून त्याच्याशी प्रकाशक सहमत असतीलच असे नाही.*

SURYAKAMLE by V. S. KHANDEKAR

सूर्यकमळे : वि. स. खांडेकर / कथासंग्रह

© सुरक्षित

मराठी पुस्तक प्रकाशनाचे हक्क मेहता पब्लिशिंग हाऊस, पुणे.

प्रकाशक : सुनील अनिल मेहता, मेहता पब्लिशिंग हाऊस,
१९४१, सदाशिव पेठ, माडीवाले कॉलनी, पुणे - ४११०३०.

मुखपृष्ठ : मेहता पब्लिशिंग हाऊस

प्रकाशनकाल : १९४१ / तृतीयावृत्ती : जुलै, १९९४ / डिसेंबर, २००६ /
पुनर्मुद्रण : मे, २०१५

ISBN for Printed Book 8171613500

ISBN for E-Book 9788184987188

माझे मालवणचे स्नेही
डॉ. रा. वा. आजगावकर
व
रा. वा. कामत
यांस

जाता जाता –

तीन-चार महिन्यांपूर्वी मी सांगलीला माझ्या आजोळी गेलो होतो. गणपतीच्या देवळाजवळ असलेल्या माझ्या बालपणातल्या त्या चिरपरिचित घराजवळ मी जसजसा जाऊ लागलो, तसतसे माझे मन अनेक मधुर स्मृतींनी भरून आले. जाईजुईच्या मूठभर फुलांनी एखादी खोली सुगंधाने दरवळून सोडावी, त्याप्रमाणे या आठवणींनी माझे मन आनंदित करून सोडले होते.

मी घरात शिरलो. सोप्याकडे दृष्टी जाताच माझ्या डोळ्यांपुढे माझ्या आजोबांची मूर्ती उभी राहिली. लहान-थोर सर्व मंडळी, सारे त्यांना 'बाबाकाका' म्हणत असत. सोप्याच्या डाव्या बाजूला बाबाकाकांची हसरी मूर्ती दिसली नाही, असा त्या घरात मी एकही दिवस घालवला नव्हता. पहाटे अंथरुणात या कुशीवरून त्या कुशीवर व्हावे, तो पलीकडे बाबा 'अयोध्या मधुरा माया' किंवा असाच दुसरा एखादा प्रात:स्मरणाचा श्लोक म्हणत असलेले दिसत. तिसऱ्या प्रहरी खलबत्त्यात विडा कुटीत ते जवळ बसलेल्या मंडळींशी मोठ्या रसभरित गप्पा मारीत असत! आणि रात्री पेंगळून अंथरुणावर डोळे मिटून पडल्यावर पलीकडून बाबाकाकांच्या मधुर स्वराने उच्चारलेले 'आस्तिक, आस्तिक' हे शब्द कानांवर आले नाहीत, असा माझा एकही दिवसही त्या घरात गेला नव्हता.

बाबाकाका ज्या जागी बसत असत, ती आता एका भिंतीच्या आड गेली असली, तरी माझ्या डोळ्यांना ती भिंत मध्ये नाही, असाच भास होत होता. मात्र सोप्यावरून आत शिरल्यावर

आपण एखाद्या अपरिचित घरात तर आलो नाही ना, असे मला वाटू लागले. कालमानाप्रमाणे घराच्या आतल्या भागात थोडासा बदल झाला होता, हे खरे; पण याच घराच्या माजघरात माझ्या मामेबहिणींना मी सिंदबादची नि अलिबाबाची अद्भुतरम्य कथा अनेकदा सांगितली होती, याच घराच्या स्वयंपाकघरात ताकात कालविलेले लाह्यांचे पीठ किती स्वादिष्ट लागते, याचा अनुभव मी घेतला होता आणि याच घराच्या मागच्या कौलांवर चढून कवठे काढण्याचा व पूर्णपणे पिकलेल्या सबंध कवठात अमृतबिंदू असतो, असे ऐकल्यामुळे पिकलेली सबंध कवठे खाऊन अमर होण्याचा प्रयत्न मी केला होता.

ह्या साऱ्या घरगुती आठवणी मनात घोळत असूनही मी एखाद्या परक्या घरात वावरत आहे, ही माझ्या मनातील जाणीव काही केल्या कमी झाली नाही. केवळ बहिःसृष्टीतच नव्हे, तर अंतर्सृष्टीतही काळ किती विलक्षण बदल घडवून आणीत असतो, याचा पुरेपूर प्रत्यय त्या दिवशी मला आला.

– आणि या संग्रहातल्या गोष्टी प्रकाशकांकडे पाठविण्यापूर्वी मी जेव्हा वाचू लागलो, तेव्हाही ह्याच अनुभवाची पुनरावृत्ती झाली. 'विजय कोणाचा?', 'दीपस्तंभ', 'परीक्षकांची परीक्षा', इत्यादी गोष्टींच्या नुसत्या नावांनीच माझ्या डोळ्यांपुढे शिरोडे उभे राहिले. १९४० मधले शिरोडे नव्हे; तर १९२५-३० मधले शिरोडे. या संग्रहातील रूपककथांशिवाय बाकीच्या सर्व गोष्टी लेखक म्हणून माझा ज्या वेळी नुकताच जन्म झाला होता, त्या काळातल्या आहेत. या गोष्टी कलेच्या अगर इतर गुणांच्या दृष्टीने कशाही असल्या, तरी त्यांच्याशी माझ्या शिरोड्याच्या जीवनातल्या अनेक काव्यमय आठवणी निगडित झाल्या आहेत. 'विजय कोणाचा?' ही गोष्ट संपवून मी खोलीबाहेर आलो, तेव्हा भोवतालच्या माडांच्या राईत वादळाने मांडलेले तांडव मला अजूनही आठवते. 'दीपस्तंभ' या गोष्टीचा आरंभ आरवलीच्या प्रशांत वाळवंटात ज्या संध्याकाळी मला सुचला, ती संध्याकाळ अजूनही मी विसरलो नाही.

पण....

पण १९२५-३०च्या दरम्यान केवळ हौसेने लिहिलेल्या या गोष्टी जेव्हा मी परवा वाचू लागलो, तेव्हा आपलेपणा आणि परकेपणा यांचे एक विचित्र मिश्रण पदोपदी माझ्या मनात होऊ लागले. या गोष्टी लिहिणारा खांडेकर मीच आहे, असे अनेकदा मला वाटे; पण कित्येकदा माझ्या मनात येई, या कथा लिहिणारा खांडेकर आणि आजचा खांडेकर या दोन निरनिराळ्या व्यक्ती आहेत, असे म्हणायला काही हरकत नाही. वामन दोन होते की तीन होते; आणि तुकाराम या नावाच्या दोन भिन्न व्यक्तींनी लिहिलेले अभंग एकाच तुकारामाच्या नावावर लादले गेले आहेत, इत्यादी वादांच्या आड माझ्या या अनुभवासारखी काही विचित्र सत्ये असण्याचा संभव आहे,

असे इतिहाससंशोधन करण्यापर्यंतसुद्धा क्षणभर माझ्या मनाची मजल गेली!

आपले लहानपणीचे फोटो पाहून प्रौढपणी अनेकांवर आश्चर्यचकित होण्याचा प्रसंग येतो. मला वाटते, एका तपात मनुष्याच्या शरीरात जेवढा बदल होतो, त्यापेक्षाही जास्त त्याच्या मनात तो होत असतो; आणि वाङ्मय हे एक प्रकारचे मनाचे चित्रणच असल्यामुळे, दहा वर्षांचे अंतर असलेल्या एकाच लेखकाच्या दोन कृतींत कित्येकदा पुसट साम्यसुद्धा आढळत नाही. क्ष-किरणांनी मनुष्याच्या शरीराच्या आतल्या भागाचे फोटो घेता येतात, तसे जर मनाचे फोटो घेता आले, तर राजकारणी पुरुष आणि साहित्यिक यांच्याविषयी वाटणाऱ्या अनेक गूढ गोष्टींचा लोकांना सहज उलगडा होईल.

१९२५-३० या काळातले माझे लिखाण शाळा सांभाळून फावलेल्या वेळात केवळ हौसेने केले आहे. एखाद्याने केवळ स्वतःच्या मनोरंजनाकरिता गुणगुणायला लागावे नि ज्यांना ते गुणगुणणे ऐकू जात आहे, त्यांना ते आवडत आहे, असे दिसताच थोड्याशा मोकळ्या आवाजाने ते गाणे म्हणायला सुरुवात करावी, अगदी याच पद्धतीने मी कथालेखक झालो.

अर्थात केवळ स्वतःसाठी गाणाऱ्याला त्या कलेचे ज्ञान कितपत असणार? 'नवमल्लिका', 'नवचंद्रिका' व 'सूर्यकमळे' या संग्रहांतल्या माझ्या अनेक गोष्टींवरून लघुकथा व गोष्ट यांच्यातल्या भेदाची त्या वेळी मला स्पष्ट जाणीव नव्हती, हे सहज दिसून येईल. जी स्थिती तंत्राची, तीच भाषाशैलीची. लघुकथेत कमीतकमी शब्दांत जास्तीतजास्त परिणाम उत्पन्न करावयाचा असल्यामुळे, तिची भाषाशैली जेवढी लवचीक, तेवढीच प्रत्येक रसाला परिपोषक अशी असली पाहिजे, हे उघड आहे. पण ज्या काळात मी या तीन संग्रहांतल्या गोष्टी लिहिल्या, त्या काळात मराठीवर गडकऱ्यांचे अधिराज्य सुरू होते. सूर्य मावळला होता; पण त्याचा प्रकाश अद्याप रेंगाळत होता. प्रसादपूर्ण लेखनात अग्रेसर असलेले प्रो. फडके त्या काळात टीकात्मक लेख लिहायचा असला, तरी त्याच्या नावात भरपूर अनुप्रास आहेत की नाहीत, याबद्दल किती दक्षता बाळगीत, हे 'चित्रपटांची चांडाळ चैन' यासारख्या मथळ्यावरून सहज लक्षात येईल. अनुप्रास, कोट्या आणि कल्पनाविलास यांचे युग होते ते! भूपाल आणि वसुंधरा बागेत एकान्तात बोलू लागली, की त्यांनी दहा पाने बोलावे आणि त्या संभाषणात काव्य आणि तत्त्वज्ञान यांचा अगदी अस्थानी वर्षाव केलेला असला, तरी ते नाट्य आहे, असे मानून वाचकांनी त्याचा आनंदाने आस्वाद घ्यावा, असा काळ होता तो! राजकारणाप्रमाणे वाङ्मयातही एखाद्या व्यक्तीच्या प्रभावाने भलत्याच गोष्टीला नसते महत्त्व येते आणि व्यक्तिमाहात्म्याने डोळे दिपून गेल्यामुळे इतर लोक आंधळेपणाने तिचे अनुकरण करू लागतात हे खरे!

माझ्या पहिल्या लिखाणावर भाषाशैलीच्या बाबतीत गडकरीयुगाची छाप आहे. तसा कथानकांवरही त्या विशिष्ट काळातल्या कल्पनारम्यतेचा पगडा आहे. गडकऱ्यांनंतरच्या एका दशकात मराठी ललित वाङ्मयात कल्पनारम्यतेचा उत्कर्ष झाला, असे म्हणावयाला हरकत नाही. रविकिरण मंडळाचे काव्य, फडक्यांच्या कादंबऱ्या आणि गुर्जरांच्या गोष्टींहून अत्यंत भिन्न अशी उदयोन्मुख लघुकथा या सर्वांत इतर गुणांत विशेष साम्य नसले, तरी कल्पनारम्यतेच्या बाबतीत ते तिन्ही वाङ्मयप्रवाह त्या प्रवाहास अगदी समांतर वाहत होते, हे कुणाही चिकित्सक रसिकाला मान्य होईल.

या कल्पनारम्यतेमुळेच 'सूर्यकमळा'तल्या गोष्टींच्या कथानकांत अतिरंजनाच्या छटा आल्या आहेत. 'विजय कोणाचा?' या गोष्टींतली शेवटची घटना- दारूच्या धुंदीत स्वतःचे मूल विहिरीत टाकायला जाणे- मी स्वतः डोळ्यांनी पाहिली आहे. त्या गोष्टीत प्रतिपादन केलेली विचारसरणी – मद्यपानाचा अतिरेक मनुष्याला पशू बनवितो, दारूमुळे मनुष्य आपल्या शरीराचा गुलाम होतो, एरवी कितीही सालस मनुष्य असला तरी दारू त्याला घटकाभर तरी बदमाश बनविते, शेकडा दहा-पाच मनुष्यांचे मद्यपान मर्यादित प्रमाणात राहत असले, तरी शेकडा नव्वद माणसे मर्यादित मद्यपानाने पुढे-पुढे आवश्यक कैफ येत नसल्यामुळे दारूबाज होतात आणि दारूच्या पायी आपल्या व्यक्तित्वाची, कुटुंबाची आणि माणुसकीची राखरांगोळी करतात, म्हणून दारू ही कायद्यानेच बंद झाली पाहिजे – अजूनही मला चुकीची वाटत नाही. पण ही गोष्ट जर मी गेल्या पाच वर्षांत लिहिली असती, तर ती केवळ तिच्या भाषेतच नव्हे, तर तिच्या मांडणीत सुद्धा मी अनेक बदल केले असते!

ते बदल न करता मी माझ्या जुन्या गोष्टी जशाच्या तशा छापीत आहे, याचे मुख्य कारण एका विशिष्ट मनोवृत्तीने लिहिलेल्या कृतीत फार दीर्घ काळाने बदललेल्या मनोवृत्तीने फरक करणे कलेच्या दृष्टीने हितावह नाही, असे मला वाटते. 'संस्करण' या गोड नावाखाली डॉ. माधवराव पटवर्धनांसारख्या थोर कलावंताने हे प्रयोग केले आहेत, याची मला जाणीव आहे. पण माधवरावांच्या विषयी अत्यंत आदर असूनही त्यांच्या ललितकृतींच्या कल्पनेत एक मोठे वैगुण्य होते, असे मला वाटते. शास्त्रीय लेखन हे संस्करणाने अधिक सुंदर व प्रभावी होते, पण ललित कृतीला मात्र हा नियम लागू करणे इष्ट नाही. ज्या एका विशिष्ट भावनामय आभासात गुंग होऊन कलाकाराने आपली कृती निर्माण केलेली असते, तो आभास हुकमी नसतो. किंबहुना कलाकाराच्या व्यक्ति-विकासामुळे आपल्या पूर्वीच्या निर्मितीच्या भावनांशी समरस होणे सुद्धा त्याला अनेकदा अशक्य होते. एखादा चित्रकार पाच वर्षांपूर्वी काढलेले चित्र दुरुस्त करायला लागला, तर ते चित्र सुंदर होण्यापेक्षा बिघडण्याचाच संभव अधिक असतो! नाही का?

या संग्रहातल्या गोष्टी म्हणजे काही पिकलेले आंबे नाहीत; त्या कैऱ्या आहेत. पण कैऱ्या आंबट असल्या, तरी त्या मिठाला लावून आवडीने खाणारे लोक असतातच. इतकेच नव्हे, तर कैऱ्यांचे पन्हे केले; तरी प्रसंगी त्यातला आंबटगोडपणा नुसत्या गोडपणापेक्षा अधिक अवीट असू शकतो. मग गेली पंधरा वर्षे माझ्या कथालेखनाचे रसिकतेने स्वागत करणाऱ्या वाचकांना आंबट कैऱ्यांची यापेक्षा अधिक लांब कैफियत कशाला द्यायला हवी?

खास बाग, कोल्हापूर
६-१-४१

वि. स. खांडेकर

अनुक्रम

वद्य अष्टमी

खरोखरीच छान होते ते. काळ्याकुट्ट मेघांतून जणू काही अंधाराचा पाऊस पडत होता. पण त्या काळमेघांतूनच चिमुकली चंद्रकोर हसत-हसत डोकावून पाहत होती. 'आशेचेच चित्र असले पाहिजे हे!' असे वाटून मी खाली दृष्टी वळविली पण माझी निराशा झाली. त्या चित्राखाली 'आत्मा' ही अक्षरे छापण्याची मुद्रकाला लहर आली होती!

मी पुन्हा त्या चित्राकडे पाहिले. 'आत्मा' या नावाचे स्वारस्य काही केल्या माझ्या लक्षात येईना. वेदान्त सोडून आत्मा चित्रकलेकडे कधी वळला, अशा अर्थाचा प्रश्न येऊन माझे मलाच हसू आले. चित्राखाली एक छोटी कविताही छापली होती. तिच्यावरून तरी या 'आत्म्या'चा काही उलगडा होईल, म्हणून मी ती वाचण्याचे धाडस केले पण चित्राचा अर्थ कवितेच्या साहाय्याने लावायचा, म्हणजे किंवड्या मनुष्याला एखादी गोष्ट सांगण्याकरिता बहिऱ्या माणसाला मध्यस्थ करण्यासारखेच होते. त्या कवितेने चित्रावर प्रकाश पडण्याऐवजी त्याच्यातील अंधारात मात्र भर घातली.

'समुद्रातून आधी हलाहल बाहेर आले, म्हणून त्यात अमृत नव्हे काय?' असा त्या कवितेत कविमहाशयांनी मोठ्या दिमाखाने वाचकांना प्रश्न केला होता. आजारी पडल्यावर या कवींना अमृत सोडून माझ्यासारख्या डॉक्टरचे औषधच घेतले पाहिजे, असा टोमणा मनातल्या मनात मारून मी पुन्हा त्या चित्राकडे पाहू लागलो.

पाहता पाहता मला आमचा कॉलेजातील आत्म्याविषयीचा वाद आठवला. दहा-बारा वर्षांपूर्वीची ती गोष्ट. पण दररोज अनेक

रोगी पाहिले, तरी त्यातील एखाद्याचा चेहरा जसा डॉक्टर जन्मात विसरत नाही, त्याप्रमाणे कॉलेजात आम्ही हरघडी वादविवाद करीत होतो, तरी त्या वादाइतका दुसरा कुठलाच वाद माझ्या लक्षात राहिला नाही. त्या वादातल्या साऱ्याच गोष्टी विलक्षण होत्या. आमचे कॉलेज होते एका संस्थानात. त्या वेळी तिथल्या कारभाऱ्यापुढे एक राजद्रोहाचा खटला चालला होता. अगदी याच वेळी त्या कारभाऱ्याला संस्थानिकांनी 'दिवाणबहादूर' ही पदवी मिळवून दिली. या पदवीदानाचा अर्थ न ओळखण्याइतके लोक काही दूधखुळे नव्हते. संस्थानी नोकर, म्हणजे आधीच ताटाखालचे मांजर. त्यात चांदीच्या त्या वाटीतले दूध प्यायला मिळाल्यावर बोलायलाच नको. घटकाभर आवेशाने बोलल्याबद्दल त्या बिचाऱ्या आरोपीला जन्मठेप शिक्षा होणार, हे सारे लोक ओळखून चुकले.

'दिवाणबहादूर' पदवी मिळाल्याबद्दल त्या गृहस्थाला गावात मेजवान्या काय झाल्या आणि त्याचे फोटो किती निघाले! 'दिवाणबहादूर पटवर्धन' म्हणून वर्तमानपत्रात त्याचा जो फोटो आला, तो पाहून साऱ्या लोकांनी नाके मुरडली. पण त्या खटल्याचा निकाल झाला मात्र आणि तोच फोटो घरोघर दिसू लागला. दि. ब. नी आरोपीला निर्दोषी सोडून दिले होते.

खटल्याचा निकाल लागला, त्या दिवशी रात्री आमच्या क्लबात जणू काही राष्ट्रीय सभाच भरली होती. त्या वेळी क्लबाजवळून जाणाऱ्या मनुष्याला आत राणा भीमदेव नाटकाच्या तालमी चालल्याचा खास भास झाला असता. पहिल्या पहिल्यांदा जो तो अहमहमिकेने दिवाणांचे अभिनंदन करीत होता. पण स्तुतीला उधाण येऊन गेल्यामुळेच की काय, हळूहळू तिला ओहोटी लागली.

इतिहासाचा एक विद्यार्थी उद्गारला, ''यात महाराजांचा कावा आहे काही तरी; नाही तर काय छाती होती या दिवाणाची आरोपीला सोडण्याची?''

वाङ्मयाचा एक अभ्यासक त्याला पाठिंबा देत म्हणाला,

''आमचे इतिहासाचार्य म्हणतात, तेच खरं. नाटकात व्हिलन नाही का सज्जनाचं सोंग आणीत?''

तत्त्वज्ञानाचे उपासक उसळून म्हणाले,

''अहो भाषाभक्त, चुकता आहा तुम्ही, हे सज्जनाचं सोंग नाही- आत्मपूजन आहे हे आत्मपूजन!''

बिचारा क्लबाचा आचारी त्या दिवशी अगदी कंटाळून गेला. त्याने मनातल्या मनात दिवाणबहादूर पटवर्धनांना शिव्यांची लाखोली वाहिली असेल. तब्बल दीड तास पानावर बसून आम्ही आत्मपूजनाचा वाद केला.

'दिवाणाला न्यायाचा पान्हा फुटला, तो काही उगीच नव्हे. जवळ माया भरपूर आहे. तेव्हा लोकप्रियता संपादन करण्याची इच्छा झाली बेट्याला! काही झालं, तरी

हे आत्मपूजनच!' हा निकाल देऊन आम्ही पानांवरून उठलो.

दुसरे दिवशी आमच्या कॉलेजातील एका समारंभाचे अध्यक्षस्थान स्वीकारण्याची विनंती करण्याकरता आम्ही दिवाणांकडे गेलो. त्यांच्या टेबलावरील जुईची माळ घातलेला फोटो पाहून आम्ही थक्कच झालो, स्वत:चा फोटो टेबलावर ठेवून त्याला माळ घालणारा मनुष्य-मनुष्य कसला, मूर्तिमंत अहंकारच तो!

त्यांच्या बंगल्याबाहेर पडताच मी म्हणालो,

''आपला तर्कच खरा. पक्का आत्मपूजक आहे हा.''

''अन् मौज ही की या आत्म्याचा फोटो काढता येतो अन् त्याला फुलांची माळही घालता येते. आत्म्याविषयीचे गीतेतले तत्त्वज्ञान साफ चुकीचे आहे, असं दिवाणबहादुरांचं मत दिसतं.'' एकाने माझ्या बोलण्यावर मल्लिनाथी केली.

पुढे वैद्यकीय शिक्षण घेण्याकरिता मी मुंबईला गेलो, तेव्हा हा प्रसंग मला पुन:पुन्हा आठवत असे, प्रोफेसरांनी आम्हाला शरीरशास्त्र शिकविले पण शरीरात आत्मा कुठे असतो, हे त्यांनी आम्हाला कधीच सांगितले नाही! ते बिचारे सांगणार तरी काय? वनस्पतिशास्त्रज्ञ फणसाचे फूल कसे असते, ते सांगू शकेल काय? पुढे-पुढे इस्पितळात रोग्यांशी संबंध आल्यापासून तर माझी खात्रीच झाली, की आत्मा ही अमृताप्रमाणे कविकल्पनेने निर्माण केलेली चीज आहे. माणसाला आत्मा असता, तर माझ्यापुढे खाटांवर तळमळणाऱ्या जीवांपैकी अनेकांना इस्पितळाची पायरी कधीच चढावी लागली नसती! त्या खाटांवरून ऐकू येणारे कण्हणे म्हणजे आत्म्याच्या अस्तित्वाविरुद्ध असलेल्या साक्षीच होत्या! नवऱ्याच्या प्रतापाने साऱ्या शरीरावर गळवे उठलेली अठरा वर्षांची पोर, गर्भारपणी गिरणीत मरेपर्यंत काम करून क्षयाला बळी पडलेली कोकणी बाई, महालक्ष्मीच्या शर्यतीकडे जाणाऱ्या मोटारीखाली सापडून पांगळा झालेला हमाल, एक ना दोन- किती उदाहरणे मी पाहिली. त्या नवऱ्याला, त्या गिरणीच्या मालकाला, महालक्ष्मीला जुगारात लक्ष्मी मिळेल, या आशेने धावणाऱ्या मोटारीच्या मालकाला- या सर्वांना आत्मा असता, तर- पण तो असणार कुठून! काही माणसे स्वभावत:च चांगली असतात, काही जन्मत:च वाईट असतात. पण माणसांना आत्मा असतो, तो जागृत होतो, अंधारात उगवणाऱ्या चंद्राप्रमाणे वाईट माणसांमध्येही तो जागृत झालेला आढळतो, या साऱ्या कविकल्पना! जग आत्मपूजक आहे, हे खरे. पण आत्मा या शब्दाचा अर्थ मात्र निराळा आहे. स्वत:ला जे हवे वाटेल, आपल्याला ज्यात सुख होईल, त्यालाच ते आत्मा म्हणत असते!

कारंज्याची कळ दाबताच त्यातील पाणी जसे तुषारांच्या रूपाने वर उडू

लागते, त्याप्रमाणे त्या चित्राखालच्या 'आत्मा' या नावाने माझ्या सर्व आठवणी उचंबळून आल्या. तसे पाहिले, तर दहा-बारा वर्षांपूर्वी राजद्रोहाच्या एका खटल्यात योग्य न्याय देणाऱ्या व घरी आपल्याच फोटोची पूजा करीत असणाऱ्या दिवाणबहादूर पटवर्धनांचा माझ्या आयुष्याशी काय संबंध होता? पण...

'डॉक्टर, डॉक्टर...'

मासिक टेबलावर टाकून मी दरवाजाकडे गेलो. माझा गडी दरवाजा उघडीत होता. दरवाजा उघडताच अंगाला झोंबणारा गार वारा व इनामदारांचा गडी या दोघांनीही बरोबरच आत प्रवेश केला.

इनामदारांच्या घरी संध्याकाळी आलेल्या एका पाहुण्याच्या छातीत कळ येत आहे, एवढे चिठ्ठीवरून मी ताडले. दरवाजातून बाहेर पाहिले.

अंधार एखाद्या राक्षसाप्रमाणे जणू काही खायला येत होता. रातकिड्यांची कर्कश किरकिर त्याच्या दातांच्या आवाजासारखी मला वाटली. आकाशाकडे पाहिले, तो ते काजळी ढगांनी व्यापून गेले होते. त्या बागुलबुवांना भिऊनच की काय, चांदण्या कुठे तरी लपून बसल्या होत्या आणि चंद्र-कृष्ण पक्षातली अष्टमी होती त्या दिवशी. बाकी पौर्णिमा असती, तरी त्या काळ्या ढगांच्या चक्रव्यूहातून बाहेर पडणे त्याला अशक्य होते, म्हणा.

असल्या हवेत अपरात्री इनामदारांच्या घरी जायचे माझ्या जिवावर आले. आता औषध पाठवून द्यावे आणि सकाळी–पण हृदयाचा विकार असेल तर? सकाळी तेथे सांत्वनाला जायचे आहे थोडेच!

जरूर ती औषधे मी गोळा करू लागलो. जाण्याचा निश्चय म्हणजे माझ्या आत्म्याचा शरीरावर विजय, असे मला क्षणभर वाटले. पण दुसऱ्याच क्षणी कुणी तरी त्या निश्चयाची चिरफाड केली. परक्या गावात पोटासाठी येऊन राहिलेला डॉक्टर मी. माझा जमही अजून बसायचा होता. इनामदारांच्या घरी मी आता गेलो नाही, तर ते रागावतील. असल्या बड्या कुळाचे मन मोडणे बरे नव्हे. माझ्या निश्चयाच्या मुळाशी हे विचार नव्हतेच, असे म्हणता येईल का? समोरच्या मासिकातील चित्राबरोबर दिवाणबहादूर पटवर्धनांचे चित्रही माझ्या डोळ्यांपुढे उभे राहिले.

रोग्याला त्रास होऊ नये, अशा बेताने टेबलावरला दिवा ठेवला असल्यामुळे त्याचा चेहरा मला नीटसा दिसला नाही. मी नाडी पाहिली व 'काळजी करण्यासारखं काही नाही.' असे म्हणत एक मिश्रण तयार करून दिले. 'घटकाभर स्वस्थ पडू द्या यांना, मग पुन: प्रकृती पाहतो.' असे मी इनामदारांना सांगताच ते हलक्या पावलांनी खोलीबाहेर गेले. दुसरा काहीच उद्योग नसल्यामुळे मी दिव्याने प्रकाशित झालेल्या भागाचे निरीक्षण करू लागलो.

टेबलावरच्या फोटोकडे माझी नजर गेली अन् -

माझ्या डोळ्यांवर माझा विश्वास बसेना. दिवाणबहादूर पटवर्धनांच्या घरी पाहिलेला त्यांचा तो फोटो- आज फुलांची माळबीळ नव्हती घातली त्याला. जिज्ञासा जागृत झाली, की ती वायुवेगाने धावू लागते. पलंगावरले गृहस्थ दिवाणबहादूर पटवर्धनच आहेत की काय, हे जाणण्याची उत्सुकता माझ्या मनात इतकी प्रबळ झाली, की बाहेर जाऊन इनामदारांना विचारावे, म्हणून मी खुर्चीवरून उठलो देखील. उठता उठता माझी नजर कपाटावर ठेवलेल्या लहान चामडी बॅगेकडे गेली. तिच्यावर पांढरी अक्षरे लुकलुकत होती. मी हळूच कपाटापाशी गेलो व ते नाव पाहिले : 'दिवाणबहादूर रा. ब. पटवर्धन.'

मासिकातले चित्र, टेबलावरचा फोटो, कॉलेजातील आठवण, पलंगावर स्वस्थ पडलेले दिवाणबहादूरांचे शरीर या सर्वांनी माझ्या मनात पाठशिवणीचा खेळ सुरू केला. मन कसे त्रासल्यासारखे झाले. इतक्यात बाहेरून एक गमतीचा संवाद ऐकू येऊ लागला.

"कुथं आहे चांदूमामा?" इनामदारांचा धाकटा मुलगा विचारीत होता.

"चांदूमामा आजारी आहे, म्हणून आला नाही, बाळ." इनामदारांनी उत्तर दिले.

"आजाली आहे? बू झालाय त्याला?"

"बू झालाय, बू बरा झाला, की येईल हं तो."

चांदूमामाच्या धाकट्या भाच्याची एवढ्याने समजूत पटली असे वाटले, पण इंग्रजी तिसऱ्या यत्तेत शिकणारा त्याचा थोरला मुलगा ही लंगडी सबब ऐकून थोडाच गप्प बसतो!

तो वडलांना म्हणाला,

"आज वद्य अष्टमी आहे, म्हणून चंद्र नाही उगवला अजून. आता बारा वाजल्यावर उगवणार. नाही हो दादा?"

अज्ञानात सुख असतं, याची दादांना यावेळी आठवण झाली असेल. दटावणीच्या स्वरात ते थोरल्या मुलाला म्हणाले,

"चांदूमामाला ताप आलाय खूप आज."

चंद्र बारा वाजता उगवणार, असे म्हटले, की आपला धाकटा भाऊ तेवढा वेळ जागत बसण्याचा हट्ट धरील, हे आता त्या थोरल्या भावाच्या लक्षात आले असावे. तो क्षणभर गप्प राहिला. पण खारीला पिंजऱ्यात ठेवले, म्हणून ती स्वस्थ थोडीच बसते? तो लगेच वडलांना म्हणाला,

"काल एक गम्मत शोधून काढली आहे मी, दादा!"

त्याच्या गमतीचे अभिनंदन करण्याच्या स्थितीत दादा नव्हते. पण त्याला त्याची थोडीच पर्वा होती?

तो पुढे म्हणाला,

''शुद्ध प्रतिपदेपासून चंद्राची एक एक कला वाढते आणि वद्य प्रतिपदेपासून अमावस्येपर्यंत एक एक कमी होते. होय ना, दादा? या साऱ्यांची बेरीज करून तीन दिवसांत त्यांची सारखी वाटणी करायची. म्हणजे किनई, दररोज अष्टमी होईल. ही अष्टमी पहिली हवी हं! म्हणजे दररोज संध्याकाळी चंद्र उगवेल, अन् रात्री बारा वाजता मावळेल. मग आमच्या बाबूला चांदूमामाची वाट बघत बघायला नको, दिवेलावणी झाली, की चांदूमामा आला.''

या नवीन योजनेचे बाबूने हसून खिदळून स्वागत केले. आपला थोरला मुलगा परमेश्वरालाही अंकगणित शिकवू इच्छितो, हे पाहून दादांनाही हसू आले.

हा संवाद ऐकता ऐकता माझ्या मनात मात्र निराळेच विचार येऊ लागले. सृष्टीने चांदण्याची वाटणी विषम रितीने केली नसती, तर दररोज अष्टमीचे चांदणे पृथ्वीवर पडले असते. चांगुलपणाचीही स्थिती चांदण्यासारखीच नाही का? मनुष्याच्या अंत:करणातही अमावस्या अन् पौर्णिमा असतील. पण सरासरी काढली, तर अष्टमीच प्रत्येकाच्या वाट्याला यायची! चांगली माणसे वाईट होतात, तेव्हा शुद्ध अष्टमीचा अनुभव येतो. वद्य अष्टमी, म्हणजे वाईट माणसात दिसून येणारी माणुसकी! निम्मी रात्र झाल्यावर जसा वद्य अष्टमीचा चंद्र उगवतो, त्याप्रमाणे वाईट माणसांच्या आयुष्यातही आत्मजागृती होत असेल.

पण जगात आत्म-जागृती आहे का? की आत्म-पूजनाला स्वार्थी लोकांनी दिलेले हे गोंडस नाव आहे? या प्रश्नाचा विचार करू लागण्यापूर्वींच इनामदार आत आले व त्यांनी दोन गुलाबाची फुले माझ्या हातात ठेवली. माझ्या आवडत्या फुलांना मी माझे प्रश्न विचारले असते, पण दिवाणबहादूर एकदम उठून बसल्यामुळे त्यांच्याकडे माझे लक्ष गेले.

''बरं वाटतंय ना आता?'' मी प्रश्न केला.

''कळबीळ काही नाही.''

''स्वस्थ पडा आता.''

''पडतोय पण कळ आली कशी, हे डॉक्टरांना सांगायला नको का? पाच-सात वर्षे हृदयाचा विकार आहे मला. आनंद अगर दु:ख यांचा अतिरेक झाला, की तो उचल खातो, असं डॉक्टर म्हणतात, खरं ना हे?''

मी होकारार्थी मान हलविल्यावर ते पुढे बोलू लागले.

''पण आज मला इतका आनंद झाला, की- माझ्या थोरल्या भावाचा फोटो किती वर्षे मी शोधीत होतो मी. परवा कळलं, की या इनामदारसाहेबांचे वडील अन् तो डेक्कन कॉलेजात बरोबर होते, म्हणून. यांच्याकडे चौकशी केली, अन् त्याचा फोटो आहे, असं समजलं मात्र, ताबडतोब निघून आलो. हे वय, प्रवासाचा त्रास, अन् त्यात हा फोटो पाहून झालेला ब्रह्मानंद...''

त्यांनी उशीजवळून उचलून पुढे केलेला फोटो मी हातात घेऊन पाहू लागलो. त्या फोटोकडे पाहून मी लगेच टेबलावरल्या फोटोकडे नजर वळवली. त्याबरोबर ते म्हणाले,

"टेबलावरच्या फोटोत अन् या फोटोत साम्य आहे का काही?"

"बरचसं आहे की."

"या साम्यानंच माझ्या हातून एक चांगली गोष्ट करविली."

मी व इनामदार उत्सुकतेने त्यांच्याकडे पाहू लागलो.

"दहा-बारा वर्षांपूर्वी मी दिवाणबहादूर झालो. त्या वेळी माझ्यापुढं एक राजद्रोहाचा खटला होता. संस्थानिकांची इच्छा : मी आरोपीला अगदी जबर शिक्षा करावी. मी केलीही असती. भाषणातल्या एका कडक शब्दाबद्दल एक एक वर्ष सक्तमजुरी सुद्धा पूर्वी मी दिली असेल. पण... पण... त्या खटल्याच्या निकालाच्या आदल्याच दिवशी असं झालं..."

दिवाणबहादूर मान वळवून टेबलावरील फोटोकडे पाहू लागले. आपल्या स्वरातला गहिवर आणि डोळ्यांतले पाणी आमच्यापासून लपविण्याचा ते प्रयत्न करीत होते. पण चंद्र ढगाआड लपला, तर चांदण्याला कुठे तसे लपता येते?

त्या राजद्रोहाच्या खटल्याचा निकाल झाला, त्या दिवशी आम्ही विद्यार्थ्यांनी दिवाणबहादुरांना 'आत्मपूजक' ही पदवी देऊन टाकली होती. पण अहंकारापेक्षा निराळा असा आत्मा दिवाणबहादूरात वास करीत असेल, अशी शंका त्या वेळी आमच्यापैकी कुणालाच आली नव्हती!

"त्या दिवशी असं झालं..." दिवाणबहादूरांचे मन थोडेसे शांत होताच ते पुढे बोलू लागले, "दिवाणबहादूर ही पदवी मिळाल्यामुळे आनंद गगनात मावेनासा झाला होता. मनातल्या मनात तुम्हाला हसू येईल कदाचित माझं पण ती पदवी मिळाली, त्या दिवशी जगात दुःख म्हणून काही गोष्ट आहे, हे अगदी साफ विसरून गेलो होतो मी. पत्रं, तारा, मेजवान्या, फोटो यांचा नुसता पाऊस पडत होता. माझ्या त्या फोटोंपैकी एक अतिशय चांगला निघाला होता. मला झालेल्या आनंदाचा सुद्धा हुबेहूब फोटो निघाला होता म्हणा ना त्यात! त्या फोटोकडे पाहता पाहता मला तो पूर्वी पाहिल्यासारखा वाटू लागला. टेबलावर फोटो आहे, तोच तो."

दिवाणबहादूरांच्या चेहऱ्यावरून आम्ही फोटोकडे एकदा दृष्टी वळविली व पुन्हा त्यांच्याकडे पाहू लागलो.

दिवाणबहादूर लहानसा सुस्कारा सोडून म्हणाले,

"हा फोटो पाहताच माझ्या सावत्रभावाची मला आठवण झाली; अगदी हुबेहूब असाच दिसत असे तो. त्याचं शेवटचं दर्शन झालं, त्या वेळी त्याचा चेहरा अगदी तसाच दिसत होता."

खिडकीकडे पाहत दिवाणबहादूर सांगू लागले, "फार जुनी गोष्ट. या इनामदारसाहेबांचे वडील आणि माझा भाऊ दोघेही डेक्कन कॉलेजात होते. तो सुट्टीत देखील फार दिवस घरी राहत नसे. सावत्र मुलावर प्रेम करण्याइतकं माझ्या आईचं हृदय उदार नव्हतं. या साध्या गोष्टीचा परिणाम असा झाला, आमचे वडील त्या वेळी नगरला का कुठं डेप्युटी-कलेक्टर होते. एकदा त्यांनी तार करून माझ्या भावाला घरी बोलावलं. रात्री नऊ वाजता आला तो घरी. माझे वडील त्याला रागारागानं काही विचारू लागले. मी त्या वेळी लहान असल्यामुळं सारं काही माझ्या लक्षात राहिलं नाही. पण दोघांचेही शेवटचे उद्‌गार अजून माझ्या कानांत घुमत आहेत. "तू लेखी माफी दिली नाहीस, तर आजपासून तू मला अन् मी तुला मेलो!" माझे वडील ओरडून म्हणाले.

"देशासाठी खरंखुरं मरण यावं, असंच मला..."

"चूप बैस, कारट्या!" वडील त्याला म्हणाले, "आग लागो तुझ्या देशभक्तीला! युरोपिअन अधिकाऱ्याचा खून करणाऱ्या माणसाशी तुझा स्नेहसंबंध होता, ही गोष्ट उद्या कोर्टात सिद्ध झाली, की भिकेची झोळी येईल ना सर्वांच्या हातांत. आधीच लेखी माफी दिलीस, तर..." उत्तर न देता माझ्या भावानं वडलांना नमस्कार केला व हसत हसत तो आल्या पावली घरातून निघून गेला. त्याचं ते हसू जणू काही तो आपल्या आईला भेटायलाच जात होता!" सद्‌गदित कंठाने दि. ब. म्हणाले, "पुढं त्याचं काय झालं, ते कुणालाच ठाऊक नाही. त्यानं नाव बदललं होतं म्हणे, कुठल्याशा कटात सापडून..."

दिवाणबहादूरांप्रमाणे आमच्याही डोळ्यांत अश्रू उभे राहिले. ते सद्‌गदित कंठाने म्हणाले,

"मला दिवाणबहादूर पदवी मिळाल्यामुळं झालेला आनंद आणि देशासाठी मरण यावं, अशी इच्छा करताना त्याला झालेला आनंद- दोन्ही सारखेच, म्हणून तर माझा हा फोटो पाहताना मला त्याची आठवण झाली. त्याची आठवण होताच माझा आनंद किती स्वार्थी आहे आणि त्याचा आनंद-कपोताचं रक्षण करण्यासाठी आनंदानं आपलं मांस कापून देणारा शिबि राजाच त्या आनंदाची कल्पना करू शकेल. या फोटोनं माझ्या अंत:करणात एवढं वादळ उत्पन्न केलं, की संस्थानिकांच्या मर्जीची पर्वा न करता मी त्या राजद्रोहाच्या पोकळ खटल्यातील आरोपीला निर्दोषी म्हणून सोडून दिलं. त्या दिवसापासून, हा फोटो माझा नसून माझ्या भावाचा आहे, असं मानून मी त्याची पूजा करीत आलो आहे."

दिवाणबहादूरांचे बोलणे संपताच गंभीर घंटानाद थांबल्यानंतर जी शांतता देवालयात पसरते, तिचा मला भास झाला.

हातातली गुलाबाची फुले टेबलवरच्या फोटोच्या पायांशी ठेवून मी जाण्याकरिता

उठलो, तो खिडकीतून चंद्रोदय झाल्याचे स्पष्ट दिसले.

दिवाणबहादूरांनी विचारले,

''आज तिथी कोणती हो?''

''वद्य अष्टमी.'' मासिकातील त्या सुंदर चित्राचे चिंतन करीत मी उत्तरलो. ■

परीक्षकाची परीक्षा

प्रो. परशुराम पांडुरंग पणशीकर आपल्या खोलीत मराठीच्या तासाची तयारी करीत बसले होते. जवळच एक लठ्ठ संस्कृत कोश पडला होता. त्या शब्दसागरात वारंवार बुड्या मारून ते नवी नवी रत्ने बाहेर काढीत व जमाखर्चाच्या वहीची धाकटी बहीण शोभणाऱ्या अशा आपल्या स्मरणवहीत टिपून ठेवीत. दर तासाला पाच-दहा तरी नव्या शब्दांची नाणी निर्माण करायचीच, असा त्यांचा अट्टाहास असे. म. गांधींचा दररोज चरख्यावर सूत काढण्याचा नियम एखादे वेळी चुकेल. शिवरामपंत परांजप्यांच्या लेखात औपरोधिक वाक्य यावयाचे चुकून राहून जाईल. चिंतामणराव वैद्यांच्या व्याख्यानात महाभारताचा उल्लेख कदाचित येणार नाही, पण प्रो. पणशीकर यांच्या वर्गातील अगर बाहेरील व्याख्यानात नवा शब्द आला नाही, असे कधीही होणार नाही, अशी त्यांची ख्याती होती. 'शब्द-बंबाळ', 'संस्कृत-समास-शौन्ड', 'चऱ्हाट-चतुर' वगैरे अनेक बऱ्यावाईट नावांनी त्यांचे श्रोते त्यांचा उल्लेख करीत असत. पण प्रोफेसरसाहेबांनी 'वेळ फार झाला आहे' यांच्याऐवजी 'कालातिपात होऊन गेला आहे' अगर 'मी माझे भाषण संपवितो' यांच्याऐवजी 'येथेच विश्रब्ध विराम पावतो' असे प्रयोग करण्याचे मुळीच सोडून दिले नाही. खरेच आहे! 'न्याय्यात् पथात् प्रविचलन्ति पदं न धीरा:।'

प्रोफेसरसाहेब स्वत:शीच पुटपुटत होते :

'छे! हे नाही बरोबर जमत! कोल्हटकरांची कोमल कला, गडकऱ्यांचे गोड गुंजन, देवलांची दयाशील दृष्टी आणि खाडिलकरांची– काय सुंदर वाक्य साधते आहे? पण हे खाडिलकर आडवे आले ना इथे! खाडिलकरांची ओजस्वी शैली हे कसेसेच

वाटते; त्यापेक्षा शालीन शैली पुरवते. हे कोल्हटकर, गडकरी, देवल सर्व मवाळ, म्हणून यांना अनुप्रासाच्या साच्यात कसे हा हा म्हणता बसविता आले! पण हे खाडिलकर पडले जहाल! काय घालावे खाडिलकरांच्या पुढे? खादी, खाद्य, खानदानी, खानेसुमारी... किती तरी शब्द आहेत! पण म्हणतात ना, कठीण समय येता कोण कामासि येतो! या खवर्गापैकी एक शब्द उपयोगी पडेल, तर शपथ! खास देखील निरुपयोगी! हा हा, हा प्रयोग काही वाईट नाही! खाडिलकरांची खुमासदार खुलावट! बस्स, वाक्य पण वाक्य झाले आहे. जन्मभर विद्यार्थ्यांच्या स्मरणात राहील, असेच झाले हे वाक्य! 'प्रेमपूजन' हे नाटक बी.ए. च्या परीक्षेला लावण्यात फार मोठी चूक झाली आहे. या ग्रंथकर्त्यात कोल्हटकरांची कोमल कला नाही, गडकऱ्यांचे गोड गुंजन नाही. देवलांची दयाशील दृष्टी नाही अथवा खाडिलकरांची खुमासदार खुलावट नाही...'

दारावर टकटक आवाज झाला. शब्दसमाधीचा भंग झाल्यामुळे प्रोफेसरसाहेबांचा विरस झाला. कोश व वही बाजूला सारून ते उठले व त्यांनी दार उघडले. सुमारे वीस-बावीस वर्षांचा एक तरुण दारात उभा होता. त्याचा नमस्कार स्वीकारून "या, आत या", असे प्रोफेसर म्हणाले. तरुण आत येऊन बसला.

"काय काम होते माझ्याकडे?" पृच्छक मुद्रेने पणशीकरांनी विचारले.

तरुण काही उत्तर देणार, तोच त्यांनी विचारले,

"काव्याला प्रस्तावना पाहिजे आहे, वाटते? तरुण आहात, तेव्हा काव्यस्फूर्ती व्हावी, हे ठीकच आहे. पण मला सध्या अगदी आवंढा गिळायला देखील फुरसत नाही, पाहा. 'सात सुनीते' या एका पुस्तकाला प्रस्तावना लिहिण्याचे काम तसेच भिजत पडले आहे. शहाण्णव पृष्ठे लिहून झाली आहेत; पण आणखी तितकीच लिहावी लागतील, असे वाटते."

"मिय्या मूठभर न् दाढी हातभर, अशातला नाही का हा प्रकार होत?" तरुणाने जरा भीत भीत प्रश्न केला.

"अहो, एकनूर आदमी न् दहानूर कपडा, हे विसरू नका. नकट्या नाकाची उणीव झोकबाज म्हणण्यापेक्षा नवमौक्तिकयुक्त म्हटलेले बरे, म्हणा- नकट्या नाकाची उणीव नवमौक्तिकयुक्त नथीने नाही का भरून काढता येत?"

"पण नथीत मोत्येच पाहिजेत; समुद्रातल्या प्रवाळांचे खडक गुंफले, तर नाकाचा शेंडाच तुटून खाली पडायचा!"

"हा हा! विनोदी दिसता तुम्ही. चांगले लेखक व्हाल. तुम्ही लेखक झालात, म्हणजे तुमच्या पुस्तकाला मी अवश्य प्रस्तावना लिहीन. अहो, ग्रंथ काय कुणीही लिहील; प्रस्तावना लिहिणे हे काम तर फार कठीण आहे. ग्रंथ लिहिण्यात निव्वळ स्वार्थ असतो. पण प्रस्तावना लिहिणे हा केवळ परार्थ- केवळ परार्थापेक्षा पक्का

परार्थ म्हटलेले बरे, म्हणा- प्रस्तावना लिहिणे हा पक्का परार्थ आहे.''

''आपल्या बऱ्याच प्रस्तावना वाचल्या आहेत मी.'' तरुणाने मिस्कीलपणाने हसून म्हटले.

''बऱ्याच म्हणजे किती?''

''दहा-बारा तरी असतील!''

''दहा-बाराच! चार आण्यांचे बर्फ पाहून हिमालयाची कल्पना कशी येणार तुम्हाला? मी आतापर्यंत १२२... ही सात सुनीतांची धरली, तर १२३ प्रस्तावना लिहिल्या आहेत. १२३ ग्रंथकारांना पुढे आणणे म्हणजे काही लहानसहान साहित्यसेवा नव्हे.''

''लहानसहान कोण म्हणेल? वाङ्मयांगणातील सेंच्युरी काढणारे प्रस्तावनावीरच आहात आपण!''

''बरे बोललात साधारण. पण सेंच्युरी हा इंग्रजी शब्द उगीच वापरलात. त्याच्याऐवजी धावा-शतक म्हटले असते, तर वाक्य फार सुंदर झाले असते. आता या १२३ प्रस्तावनांपैकी मला कोणती आवडत असेल, तर ती 'सातपानी अंकलिपी' या पुस्तकाला लिहिलेली छोटेखानी एकेचाळीस पृष्ठांची प्रस्तावना ही होय. तिचा आरंभच पाहा किती सुंदर साधला आहे.''

प्रोफेसरसाहेबांनी जवळच्या कपाटातून एक मध्यम जाड पुस्तक काढले व ते वाचून दाखवू लागले. क्लोरोफॉर्म दिलेल्या मनुष्याला डॉक्टर जिव्हाळ्याचा भाग कापू लागला, तरी जशी हालचाल करता येत नाही, तशी त्या तरुणाची स्थिती झाली. धबधब्याच्या ओघापुढे कागदाची नाव कसचा टिकाव धरणार? प्रोफेसरसाहेबांच्या प्रस्तावनेच्या प्रवाहात वाहून जाण्याखेरीज तरुणाला गत्यंतरच उरले नाही. त्याच्या कानांत खालील शब्द शिरले :

''अंक आणि लिपी! अहाहा! किती सुंदर, सरस, साभिप्राय संयोग आहे हा! समसमा संयोग की जाहला अथवा रत्नं समागच्छतु कांचनेन, या उक्ती या ठिकाणी अगदी सार्थ वाटतात. अंक आणि लिपी! अंक म्हणजे गणित आणि लिपी म्हणजे भाषा. भाषा व गणित यांचा छत्तिसाचा आकडा असतो असे म्हणतात पण या अंकलिपीच्या तपोवनात आपले नैसर्गिक वैर सोडून ऋषीच्या तपोवनात एकत्र पिणाऱ्या व्याघ्र-हरिणींप्रमाणे अंक व लिपी एकमेकांच्या गळ्यांत गळा घालून विहार करीत आहेत. अंक म्हणजे गणित आणि गणित म्हणजे मूर्तिमंत रूक्षता, अशी लोकांची समजूत आहे. पण अंक कधी रूक्ष असू शकेल काय? वत्साला वत्सलतेने वल्हविणारा...'

झपाट्याने जाणारी प्रोफेसरसाहेबांची होडी एखाद्या साध्या धक्क्याने उलटली, तरच आपली सुटका होण्याचा संभव आहे, हे जाणून तरुण म्हणाला,

''वल्हविणारा म्हणजे?''

''वल्हविणारा म्हणजे थोपटणारा. अलंकार आहे हा. वल्ह्याने जसे वल्हवितात,

तसे हाताने थोपटतात. ऐका पुढे. वत्साला वत्सलतेने वल्हविणारा, विश्वाच्या विशाल विलासात विहरणारा, जगाच्या जरदाळू जडत्वाला जीवविणारा...''

''जरदाळू जड नसतो फारसा. जरदाळू आणि जडत्व यांचा काहीच संबंध नाही.''

''काहीच संबंध नाही? अहो, कोशात ते दोघे एका पंक्तीला, कदाचित मांडीला मांडी लावून बसलेले आढळतील. ऐका पुढे. पृथ्वीच्या पापी प्रभावाला पवित्रविणारा...''

''पवित्रविणे! नवीन शब्द दिसतो!''

''हो. माझाच शब्द आहे हा. असे नवीन शब्द बनल्याखेरीज...''

''भाषा कशी बनविणार? आणि भाषा ज्यांना बनविता येत नाही, ते ती बोलणाऱ्या लोकांना कसे बनविणार? अगदी खरे आहे आपले म्हणणे.''

''मी असे किती तरी नवीन शब्द बनविले आहेत. घडविणे...''

''हा शब्द जुना दिसतो.''

''शब्द जुना पण अर्थ नवा आहे. पवित्रपासून जसे पवित्रविणे, तसे घडापासून घडविणे. केळीला घड आला की ती घडविली, असे म्हणायचे...''

''छान शब्द आहे हा. श्लेष देखील होईल त्याच्यावर! घडविणे म्हणजे 'घड'- विणे.''

''उत्तम श्लेष केलात तुम्ही हा! अगदी कोल्हटकर- गडकऱ्यांच्या तोडीचा. तुम्ही नाटके लिहाल, तर यंदा बी.ए. ला लावलेल्या या 'प्रेमपूजना'पेक्षा ती किती तरी सरस होतील. ते जाऊ द्या, म्हणा! मी तुम्हाला माझे नवीन शब्द सांगत होतो. तिकिटाला 'तक्तपत्रिका', पेपरमिंटला 'कागद-टाकसाळ...''

''या नव्या शब्दांच्या भरात आपण आईचा अंक सोडला, तो सोडलाच. 'मातृदेवो भव', असे शास्त्रवचन असल्यामुळे त्याच्याकडेच वळावे, हे बरे, नाही?''

''खरंच. पुढे वाचायचे विसरलोच मी. ऐका, पृथ्वीच्या पापी प्रभावाला पवित्रविणारा...''

''वगैरे वगैरे! इत्यादी नाटकांचा कर्ता, हे जसे नाटकाच्या पहिल्या पृष्ठावर लिहिलेले असते, त्यातलाच प्रकार हा पण ही सर्व विशेषणे आईच्या अंकाचीच का?''

''अलबत. माझ्या म्हणण्याचा भावार्थच सांगतो तुम्हाला. मूळ रामायण फार कठीण, म्हणून एकनाथाने भावार्थ रामायण सांगितले, तशी आमची आता ही भावार्थ प्रस्तावना. माझे म्हणणे असे, की ज्यात अंक आहे ते गणितशास्त्र रूक्ष मानणे म्हणजे मोठा वेडेपणा आहे. आईचा अंक कोणाला आवडत नाही? बायकोचा अंक कोणाला आवडत नाही?...''

''केसरीचा अंक कोणाला आवडत नाही?''

''कसे छान बोललात. अंकशास्त्र म्हणजे दुसरे विश्व आहे. कारण ते या विश्वाप्रमाणेच शून्यातून निर्माण होते.''

"आणि या विश्वाप्रमाणेच आपली घडामोड न कळू देता शेवटी शून्यातच विराम पावते."

"फार क्लिष्ट कोटी झाली ही! हो, पण बोलण्याच्या भरात तुमचे काम काय होते, ते विचारायचे राहूनच गेले की. माझे हे असे होते, पाहा. वाङ्मयाची गोष्ट निघाल्यावर भूक नाही न् तहान नाही."

"म्हणूनच तर विश्वविद्यालयाने आपल्याला बी.ए. च्या परीक्षेला मराठीला परीक्षक नेमले आहे. 'येथे पाहिजे जातीचे' हेच खरे."

"हो, पण तुमचे काम काय होते? आपटे- स्मृतिदिन जवळ आला आहे, त्या प्रसंगी व्याख्यान देण्याची एखाद्या वाचनालयातर्फे विनंती करण्याकरिता बहुधा आला असाल. या स्मृतिदिनांनी अगदी भंडावून सोडले, बुवा. आतापर्यंत मेलेल्या लोकांत तीनशे पासष्ट मोठे लोक सहज होऊन गेले असतील. एक दिवस काही स्मृतिदिनाशिवाय सुना जात नाही. त्यामुळे वर्षभर सुतकातच असल्यासारखे वाटू लागते. शिवाय या लेखकाचे वर्णन करताना त्या लेखकाच्या पुस्तकांची नावे तोंडात येऊ लागतात. त्या दिवशी एका वक्त्याने तर एका ब्रह्मचारी लेखकाच्या नातवंडांची यादीच वाचायला सुरुवात केली. लोक सारखे टाळ्या वाजवू लागले. याला वाटले, की आपण नवीन माहिती देत असल्यामुळे लोक टाळ्या वाजवून आपले अभिनंदन करीत आहेत. शेवटी त्याच्या लक्षात आले, की केवळ आडनावाच्या साम्यामुळे आपण फसलो. ती नातवंडे त्याच आडनावाच्या दुसऱ्या एका लेखकाची होती."

"या स्मृतिदिनाखाली माझ्या कामाची मला विस्मृती होईल, म्हणून मधेच बोलतो, याची क्षमा करा."

"क्षमा कसली करायची? सांगा ना खुशाल."

मुसळधार पाऊस थांबलेला पाहून प्रवाशाला जसे हायसे वाटते, तसे त्या तरुणाला झाले. तो म्हणाला,

"मी बी.ए. चा विद्यार्थी आहे. आज आपल्या मराठीच्या तासाला बसण्याची परवानगी मागण्याकरता आलो आहे!"

"कोणत्या कॉलेजात असता?"

"कर्वे कॉलेजात."

"मग माझ्या या शेवटच्या तरी व्याख्यानाला आलात, ते फार बरे झाले. तुमच्या कॉलेजातल्या त्या मराठीच्या मनुष्याला काहीच कळत नाही. नुकतीच त्याने कुठल्याशा पुस्तकावर टीका लिहिली होती. त्यात माझ्या प्रस्तावनेवर फार तोंडसुख घेतले होते. काय वाक्य होते पाहा त्यातले, 'काव्याच्या एखाद्या चोपड्याला प्रस्तावना म्हणून भारुडे जोडणे म्हणजे लहान मुलाच्या खेळातल्या गाडीला खराखुरा बैल जोडण्यासारखे आहे.' किती मूर्खपणाचे वाक्य! एक तरी संस्कृत

शब्द, एक तरी जाडा समास, एक तरी अनुप्रास असायचा होता त्यात!''

''मग मी आपल्या तासाला बसतो, तर!''

''अवश्य बसा. आजचे माझे व्याख्यान फार महत्त्वाचे आहे. तेवढे ऐकाल, तर दुसऱ्या वर्गाऐवजी तुम्हाला पहिला वर्ग मिळेल.''

''म्हणूनच तर मुद्दाम रत्नागिरीहून आलो या व्याख्यानाकरता. आतापर्यंत सर्व परीक्षांत मला पहिला वर्ग मिळाला आहे. तो काही करून कायम ठेवला पाहिजे.''

''नाव काय बरे तुमचे?''

''मुकुंद माधव माईणकर.''

''छान आहे. अनुप्रास म्हणजे काव्यच आहे नावात. पण तुम्ही आजच्याचशा व्याख्यानाला आलात?''

'''प्रेमपूजन' नाटक हेच काय ते परीक्षेला लागलेले नवे पुस्तक आहे. बाकीची सर्व नेहमी लागणारी असल्यामुळे त्यांचा अभ्यास करता आला.''

''या 'प्रेमपूजना'चा कर्ता तिकडलाच- रत्नागिरीकडलाच आहे म्हणे कोणी. आहे का तुमच्या ओळखीचा?''

मुकुंद चाचरला,

''हो हो... आहे तर!''

''काय भाटे आडनाव आहे, नाही त्याचे?''

''हो.''

''काय वय आहे या भाट्यांचे?''

''सुमारे चाळीस-पंचेचाळीस असेल.''

''मला वाटलेच होते. चाळिशी उलटल्यावर नाटक लिहिणे म्हणजे साठी उलटल्यावर कुस्ती मारण्यासारखे आहे. काय पण बेट्याचे नशीब पाहा. कुठल्याशा कंपनीने घेतले आणि लगेच विश्वविद्यालयाने बी.ए.लाही लावले. बुद्धिबळाच्या डावात प्यादी होते, त्यातलाच प्रकार हा. शिकलाय तरी का काही हा भाटे?''

''मॅट्रिक आहेत.''

''मॅट्रिक? मॅट्रिक म्हणजे कोणत्या झाडाचा पाला! नाटक लिहिणे म्हणजे हरभऱ्याच्या झाडावर चढायचे नसते; नारळाच्या चढावे लागते, नारळाच्या!''

''बरे, मी येतो तर. दुपारी तासाला येऊन बसतो.''

''या, अवश्य या. आज या 'प्रेमपूजन' नाटकाची आणि त्याच्या कर्त्याची मी चांगलीच हजेरी घेणार आहे. तुमची आणि त्या कर्त्याची चांगली ओळख आहे, म्हणता? सांगा जाऊन त्याला सगळे. आपली घेतली लेखणी आणि लागला लिहायला. असा घेतो समाचार त्याचा, की जन्मभर माझे नाव विसरणार नाही. बरे, या आता.''

मुकुंद नमस्कार करून निघून गेला.

प्रोफेसरसाहेब आपल्या कोशात व नव्या शब्दांच्या वहीत तल्लीन झाले.

"मुकुंद, आज वर्गात मोठी गंमत होणार, यात शंका नाही. आमच्या प्रोफेसर पणशीकरांना पांडित्य करताना पुसट संशय देखील येणार नाही, की ज्या नाटककारावर आपण कोरडे उडवीत आहो, तो विद्यार्थी म्हणून आपले व्याख्यान ऐकायला येऊन बसला आहे."

"अरे यशवंत, जरा हळू बोल. भिंतीला देखील कान असतात."

"पण ते आमच्या मराठीच्या प्रोफेसरांप्रमाणे लांब नसतात."

"गुरूविषयी बोलताना जिभेला काही तरी हाड असू दे... की पुणे आणि सभ्यता यांची कायमची फारकतच झाली आहे?"

"काही म्हण तू. घाण पाणी गंगेचे असले, तरी ते घाणच! लग्नाच्या वरातीत चंद्रज्योती, फुलबाज्या आणि नळे उडवतात, त्याप्रमाणे पणशीकरांची स्वारी भाषणात जाडे शब्द, मोठे समास आणि लांब लांब अनुप्रास यांचे दारूसामान ठासून भरते. स्वारी दत्तक आहे, म्हणतात पण ती पैशासाठी न होता नाव बदलून अनुप्रासात्मक करता येईल, या आशेनेच दत्तक झाली असेल. शब्द काय, वाक्य काय नि शिकविणे काय! सारा भ्रमाचा भोपळा! ज्ञान म्हणशील, तर आवळ्याएवढे."

"म्हणजे जवळ जवळ पूर्ण ज्ञानच म्हणतोस. ज्ञान करतलामलकवत् असले काय, अगदी आंधळ्याएवढे असले का, सामान्य दृष्टीने सारखेच! बाकी तुझ्या प्रोफेसरसाहेबांना 'करतलामलकवत्' हाच प्रयोग अधिक पसंत पडेल, नाही?"

"ज्यांची आडनावे लांबलचक आहेत, त्यांना ते अधिक मार्क देत नाहीत, हे आमचे भाग्यच म्हटले पाहिजे. त्यांच्याबद्दल अशीही आख्यायिका सांगतात, की एका व्याख्यानात दीड तास झाला, तरी त्यांचे पहिले नमनाचे वाक्य संपले नाही. म्हणून वर्तमानपत्राच्या बातमीदारांना त्यांच्या त्या दिवशीच्या भाषणाचा सारांशच देता आला नाही. नमनाला घडाभर तेल जाळणारे हरिदास आता जुनेपुराणे झाले. प्रो. पणशीकरांची प्रस्तावना पुरी व्हायच्या आधीच जगातल्या सर्व रॉकेल तेलाच्या खाणी कोरड्या ठणठणीत झाल्या, अशी बातमी एखाद्या वर्तमानपत्रात आली, तर निदान मला तरी ती खोटी वाटणार नाही. अरे, त्यांच्याकडे जोडाक्षरविरहित इसापनीती एका मासिकाच्या संपादकाने अभिप्रायाकरिता पाठविली होती, म्हणे! स्वारीने ज्ञानकोशाचे पाच-दहा भाग भरतील, एवढा अभिप्राय लिहिला. तो अभिप्राय छापायचा म्हटला, तरी निदान पाच वर्षे त्या मासिकाला इतर सर्व विषय बंद ठेवावे लागले असते. शेवटी प्रोफेसरसाहेबांनी त्या अभिप्रायाची अति संक्षिप्त आवृत्ती काढली, ती मूळ पुस्तकाच्या सातपट झाली."

"तुम्ही पुणेकर असभ्यतेप्रमाणे अतिशयोक्तीतही पटाईत दिसता. एखाद्याच्या मागे हात धुऊन लागायचे म्हटले तरी..."

"या प्रोफेसरांच्या मागे लागायची कुणाची छाती होणार, बाबा? चटकन देतील एखादा जाडा समास अंगावर फेकून."

"ते काही का असेना. अडला हरी म्हणून का होईना, आजचे त्यांचे व्याख्यान ऐकले पाहिजे. वेड्याबरोबर वेडे व्हावे लागते म्हणतात. परीक्षेत पहिला वर्ग मिळायला पाहिजे, तर परीक्षकाची लहर ओळखून तिच्याप्रमाणे आपल्या लेखणीला वाचविले पाहिजे."

"दुसऱ्याच्या पुस्तकांच्या बाबतीत असे करता येईल. पण स्वतःच्या पुस्तकाच्या बाबतीत पोपटपंची करणे, कुणाला झाले, तरी कसे आवडेल? हे 'प्रेमपूजन' नाटक तुला जास्ती कळले असेल की या समासबहाद्दर पणशीकरांना? समुद्रावर पोहता येणे निराळे आणि पाणबुड्या होऊन त्यातील मोत्ये काढणे निराळे. शिवाय आपले नाटक बी.ए. ला लागले, याचा आनंद तरी तुला कुठे उपभोगायला मिळतोय? खरे सांगू अगदी, तुला जर वचन दिले नसते, तर तूच हे नाटक लिहिले आहेस, असे मी केव्हाच जगजाहीर केले असते. लढाईत तलवार गाजवायची एकाने आणि पृष्पवृष्टी दुसऱ्याच्याच मस्तकावर, हे आपल्याला नाही बुवा पसंत."

"पण हे जर मी मुद्दामच स्वार्थासाठी केले आहे, तर मला त्यात वाईट वाटण्याचे कारण काय? सैरंध्रीचे गंधर्वपती गुप्त राहिले म्हणूनच जसा कीचकवध झाला, त्याप्रमाणे माझे नाव गुप्त राहिले म्हणूनच तर नाटकाला कंपनीकडून भरपूर पैसे मिळाले. नाही तर ओठ पिळले तर दूध निघेल, अशा माझ्यासारख्या पोराची संभावना तिने नुसत्या चहावरच केली असती. माझे मामा माझ्याबद्दल नाटककार व्हायला तयार झाले, म्हणून हे सर्व सुखाने निभावले. विश्वविद्यालय हे नाटक बी.ए.ला लावील, असे मला त्या वेळी थोडेच स्वप्न पडले होते?"

"अरे बाबा, या नव्या काळात स्वप्नी नसे ते जनी दिसे, असे कधी कधी होते. बरे... आता उद्या एखादी चांगली शिकलेली, सुरूप मुलगी या नाटकावर खूश झाली आणि तिने या नाटककाराशी लग्न करण्याचा निश्चय जाहीर केला, तर तू काय करणार? तिला मामांच्याच गळ्यात बांधणार की आपले रहस्य प्रदर्शित करणार?"

"नाटकावर मुलगी खूश होण्याचे तुझे हे कथानक अद्भुतरम्य असले, तरी चांगले आहे, हे मी कबूल करतो. पण उद्या 'प्रेमपूजना'पेक्षा अधिक चांगले असे दुसरे एखादे नाटक आढळले, म्हणजे ती त्याच्यावर फिदा व्हायची. गृहलक्ष्मी अशी लक्ष्मीसारखी चंचल असून चालत नाही जगात."

"जाऊ दे हा वाद. सध्या खाणावळ हीच आपली गृहलक्ष्मी आहे आणि नियमितपणात ती मंडलिकांना लाजविणारी आहे. पाच मिनिटं उशीर झाला, तर

संध्याकाळपर्यंत आपल्याला उपाशी ठेवायला कमी करणार नाही ती!''

प्रो. पणशीकरांचे व्याख्यान सुरू झाले होते. मुकुंद आरोपीच्या मुद्रेने यशवंताजवळ बसून ते ऐकत होता. भुकेलेला मनुष्य भात वाढण्याची वाट न पाहता वाढलेल्या भाजीचाच जसा समाचार घेऊ लागतो, त्याचप्रमाणे प्रोफेसर महाशयांनी अर्पणपत्रिकेच्या पृष्ठावर पहिला हल्ला चढविला. त्यांनी प्रथमत: अर्पणपत्रिका वाचली.

''माझ्या प्रिय भाच्यास समर्पण; तूच मला नाव मिळवून दिले आहेस; मग ही कृती तुला अर्पण करणे म्हणजे देवाने दिलेल्या दौलतीतला अंश त्याला नैवेद्य म्हणून देण्यासारखेच आहे. तुझा कामापुरता मामा...''

पणशीकरांची मल्लिनाथी सुरू झाली.

''प्रिय भाच्यास! किती कर्णकटु शब्द आहे हा. 'प्रिय भागिनेयास' असे लिहिले असते, तर किती गोड वाटले असते. गावंढळ भाषा हा या नाटकातला एक मोठा दोष असून तो अर्पणपत्रिकेपासून भरतवाक्यापर्यंत सर्वत्र आढळतो. घ्या, टिपून घ्या; फार महत्त्वाचा प्रश्न आहे.''

वकील आपल्या साक्षीदाराला जसे सूचक प्रश्न विचारतो, त्याचप्रमाणे पणशीकरांचे हे सांगणे होते. त्यांनी प्रश्न महत्त्वाचा म्हटला की तो महत्त्वाचा ठरणारच, हे विद्यार्थी ओळखून होते. सर्व विद्यार्थ्यांनी 'प्रेमपूजना'ची भाषा गावंढळ आहे, हे टिपून घेतले. मात्र ते लिहून घ्यायला मुकुंदाचा हात धजेना. आपली आपण स्तुती करणारा मूर्ख असतो पण आपली निंदा आपणच लिहून घेणे, ही गोष्ट शतमूर्खाच्या हातून देखील होणे शक्य नाही.

प्रोफेसरसाहेबांची आगगाडी पुढे सुरू झाली.

''या नाटककारात कोल्हटकरांची कोमल कला नाही, गडकर्‍यांचे गोड गुंजन नाही, देवलांची दयाशील दृष्टी नाही अथवा खाडिलकरांची खुमासदार खुलावट नाही. फार फार महत्त्वाचा प्रश्न आहे हा.''

सेनापतीचा हुकूम होताच फैर झाडणाऱ्या सैनिकांप्रमाणे विद्यार्थ्यांची फाउंटन पेने भराभर चालू लागली. मुकुंद मात्र एक अक्षरही लिहून घेत नव्हता. त्याच्या शेजारच्या एका विद्यार्थ्याने तर त्याला म्हटले देखील,

''काय, हो, मुद्दाम या तासासाठी रत्नागिरीहून आलात आणि एक अवाक्षरही टिपून घेत नाही तुम्ही. पर्वणीच्या दिवशी समुद्राजवळ जाऊन कोरडेच राहणार, वाटते?''

मागच्या बाकावरील एक विद्यार्थी उद्गारला,

''आजचा एक एक शब्द म्हणजे लाखाचा आहे.''

त्याच्या या उद्गारांनी कुणीतरी आपल्या काळजाचे लचके तोडल्यासारखे मुकुंदाला वाटले.

प्रोफेसरसाहेब पुढे बोलू लागले,

''आता एक महत्त्वाचा प्रश्न - नाटकाचा हेतू. 'प्रेमपूजन' या नावावरून प्रेम हा परमेश्वर आहे, असे नाटककाराला दाखवायचे होते, असे दिसते. पण शेवटी बालविधवा असलेल्या नायिकेशी नायक पुनर्विवाह करीत नाही, यावरून त्याला प्रेमाचे महत्त्व दाखवायचे होते, असे दिसत नाही. सारांश, कडबोळे जसे अठरा धान्यांचे असते, तसे हे नाटक आहे. त्यात एक हेतू म्हणून दाखविता येणार नाही. आपल्याला काय लिहायचे, हे नाटककाराला मुळीच कळले नाही, म्हणूनच मी म्हणतो, की या नाटककारात कोल्हटकरांची कोमल कला नाही, गडकऱ्यांचे गोड गुंजन नाही, देवलांची दयाशील दृष्टी नाही अथवा खाडिलकरांची खुमासदार खुलावट नाही.''

आता मात्र मुकुंदाला दम धरवेना. तो उठून अदबीने म्हणाला,

''मी एक प्रश्न विचारू का?''

दुसऱ्या कॉलेजातील विद्यार्थ्यापुढे पांडित्य प्रगट करण्याची ही संधी व्यर्थ दवडण्याइतके प्रोफेसरमजकूर खुळे नव्हते. ते म्हणाले,

''विचारा, अवश्य विचारा.''

'देवलांची दयाशील दृष्टी म्हणजे काय? देवल दयाळू होते, असाच याचा अर्थ काय? तसा असेल, तर या नाटकाचे कर्ते भाटे निर्दय आहेत, याला पुरावा काय?''

''पाहिलेत! तुमच्या कर्वे कॉलेजात मराठी मुळीच शिकविता येत नाही, असे मी म्हणतो, ते काही खोटे नव्हे. देवलांची दयाशील दृष्टी म्हणजे... असे पाहा! शारदा नाटकात देवलांनी शारदेविषयी किती अनुकंपा दाखविली आहे...''

''कोल्हटकरांनी मतिविकारात चंद्रिकेविषयी नाही का दाखविली? मग कोल्हटकरांची दृष्टी दयाशील आहे, असे म्हणावयास काय हरकत आहे?''

''हा कलेचा प्रश्न आहे; त्याला नाट्यशास्त्राचे चांगलेच अध्ययन पाहिजे. मल्लिनाथ, व्हॉगन, आर्चर वगैरे चांगले वाचले पाहिजेत.'' ही नावे ऐकून आता टीकाकार सहस्रनामाचा मारा आपल्यावर सुरू होणार, हे मुकुंदाने जाणले व तो खाली बसला.

''हा हेतूचा प्रश्न फार महत्त्वाचा आहे. अति-अतीच महत्त्वाचा आहे. त्याचे थोडक्यात उत्तर, म्हणजे या नाटकात कोल्हटकरांची कला नाही, गडकऱ्यांचे गोड गुंजन नाही, देवलांची दृष्टी नाही अथवा खाडिलकरांची खुमासदार खुलावट नाही.''

मुकुंदाचा चेहरा आतल्या आत आवरून धरलेल्या रागाने कठोर असा दिसत होता पण विद्यार्थ्यांनी टाळ्यांच्या कडकडाटात निरोप दिल्यामुळे प्रोफेसर पणशीकर हास्यमुद्रेने वर्गाबाहेर पडत होते.

''मुकुंद माधव माईणकर...'' प्रो. पणशीकरांनी नाव उच्चारले व तोंडी

परीक्षेसाठी मुकुंद त्यांच्यासमोर उभा राहिला. त्याची प्रश्नपत्रिका हातात घेऊन प्रोफेसर म्हणाले,

"माईणकर, रत्नागिरीच्या कर्वे कॉलेजातील मराठी अध्यापकाची विद्वत्ता लक्षात घेत तुम्ही आपला पेपर बरा लिहिला आहे, यात संशय नाही. मात्र 'प्रेमपूजन' या नाटकाचा हेतू काय आहे, हा प्रश्न तुम्ही अगदीच वेड्यासारखा लिहिला आहे. तो जर व्यवस्थित लिहिला असतात, तर तुम्हाला पहिल्या वर्गाला लागणारे गुण सहज मिळाले असते."

मुकुंद कावराबावरा झाला. प्रो. पणशीकर यांचे 'प्रेमपूजना'च्या हेतूविषयी काय मत आहे, हे माहीत असूनही त्याने परीक्षेत ते लिहिण्याचे टाळले होते. पोटच्या पोरावर परक्याच्या हातची कुऱ्हाड चालवायला पित्याचा हात धजणेच शक्य नसते. प्रसंगावधान राखून त्याने उत्तर दिले,

"माझे उत्तरही फारसे चूक आहे, असे नाही. हेतूंच्या बाबतीत मतभिन्नता असणे स्वाभाविकच आहे. भिन्नरुचिर्हि लोकः।"

"भिन्नरुचिर्हि लोकः। हा न्याय लावून जर एखादा मनुष्य किराईत साखरेहून गोड असते, असे सांगू लागला तर तुम्ही ते खरे मानाल का?"

"तसे नाही, हा बौद्धिक प्रश्न आहे..."

"आणि म्हणूनच तो बुद्धिमान लोकांनीच सोडविला पाहिजे. बालविधवा नायिकेशी पुनर्विवाह न करताही नायक प्रेमपूजन करतो, असे जे तुम्ही लिहिले आहे, ते मला मुळीच पटत नाही. तुम्हाला नाटककाराच्या या पर्यवसनाचा अर्थच कळला नाही."

"पण आपण लावतो तोच अर्थ बरोबर आहे, हे कशावरून?" पहिला वर्ग हातचा जातो, असे वाटून मुकुंदाने निराशेने सवाल केला.

"मला विश्वविद्यालयाने बी.ए.चा परीक्षक नेमले आहे म्हणून. तुमचा अर्थ बरोबर असता, तर तुम्हालाच नेमण्यात आले असते."

"असे झाले म्हणजे कालिदासाचे नाटक परीक्षेला लावले, की अर्थ अगर हेतू यांचा कायमचा निर्णय कालिदासावाचून होणारच नाही आणि ज्या अर्थी कालिदास मेल्यामुळे परीक्षक होऊ शकत नाही, त्याअर्थी त्याचे नाटक लावण्याचीही जरूर राहणार नाही."

"पहिला वर्ग हातचा जातो, म्हणून तुमचे डोके फिरले वाटते? या हेतूच्या प्रश्नात तुम्हाला चांगले मार्क मिळाले असते, तर तुम्ही खास पहिल्या वर्गात आला असता."

"पण हेतूविषयी कुणाचे मत खरे मानावयाचे? ग्रंथकर्त्याचे का वाचकाचे?"

"अर्थात ग्रंथकर्त्याचे. जणू काय आपण ग्रंथकर्त्याचेच मत लिहिले आहे, असा तुम्ही आव आणीत आहा. पण मला वाटते, की ग्रंथकर्त्याला जर येथे आणून उभे

केले, तर तो माझ्याच बाजूने मत देईल.''

"मुळीच नाही.''

"मोठे घमेंडखोर दिसता तुम्ही, माईणकर. 'प्रेमपूजना'चा कर्ता अगदी मुठीत असल्यासारखे बोलत आहा!''

"हेतूच्या बाबतीत ग्रंथकर्त्यांचे मत आपणाला मान्य आहे ना?''

"नि:संशय.''

"मग माझ्या हेतूच्या प्रश्नाला पूर्ण गुण द्या.''

"ते का म्हणून?''

"मीच 'प्रेमपूजना'चा कर्ता आहे, म्हणून!''

प्रो. पणशीकर स्तंभितच झाले. मुकुंदाने मामांच्या अर्पणपत्रिकेतील 'तूच मला नाव मिळवून दिले आहेस व कामापुरता मामा', ह्या द्व्यर्थी प्रयोगावर प्रकाश पाडला.

त्याच आठवड्यात 'नवा काळा'तून 'प्रेमपूजना'चे कर्ते भाटे यांचा त्याच अर्थाचा खुलासा प्रसिद्ध झाला. अर्थात बी.ए.च्या निकालात मुकुंद माधव माईणकर हे नाव पहिल्या वर्गात आले होते, हे सांगावयाला नकोच.

■

धरण

किती लगबगीने ती पर्वतापासून दूर झाली!

खळबळ करीत ती पृथ्वीवरून धावू लागली.

जणू काही एखादी नर्तिकाच अभिसारिका होऊन चालली होती.

तिच्या उघड्या डोळ्यांपुढे एकच स्वप्न पुन्हा तरंगत होते- निळ्या लाटांतून खदखदा हसणारा सागर!

ती मनात म्हणत होती,

'उषेला स्वप्नात प्रियकराची मूर्ती दिसली. पण त्याला शोधायला काही तिला धीर झाला नाही. मी मात्र माझ्या रमणाला शोधून काढायला निघाले आहे.'

तिच्या अंगाचा कण नि कण स्वप्नातल्या सागराच्या स्मृतीने पुलकित होत होता.

प्रत्येक वळणावर ती हळूच वाकून पाही. तिला वाटे - पलीकडे सागर लपून बसला असेल. आपण धावत गेले, तर तो एकदम आपल्याला बाहुपाशात घट्ट धरील. तसे झाले, तर आपल्याला त्याला डोळे भरून पाहता सुद्धा येणार नाही.

योजनांमागून योजने मागे पडली. पण सागराच्या हास्याचा खळखळाट काही तिच्या कानांवर पडला नाही. ती रानावनांतून एकसारखी धावत होती.

वाट चुकून दमलेला प्रवासी तिचे पाणी पीत पीत म्हणे,

'रानांतून वाहणाऱ्या या नदीचे आयुष्य अगदी फुकट आहे. तिकडे पाणी नाही, म्हणून पिके वाळून चालली आहेत; अन्न नाही, म्हणून माणसे तडफडत आहेत आणि इकडे पाण्याचा हा मोठा प्रवाह कुठे तरी वाहत चालला आहे.'

नदी हसत हसत पुटपुटे,

'अगदीच अरसिक आहे हा! प्रीतीची गोडीच बिचाऱ्याला ठाऊक नसेल, मी कुठं चालले आहे ठाऊक आहे का? सागराला भेटायला!'

शेवटी सरिता सागराला भेटली, दोघांचे जीवन एकरूप झाले, आपल्या मुखात खारटपणा कुठून आला, हे नदीला प्रथम कळेना.

कुणी तरी म्हणाले,

'दोन जीव एक झाल्यावर असं व्हायचंच.'

सागराच्या दृढ आलिंगनात आपल्या मुखाला आलेला खारटपणा ती विसरून जाऊ लागली.

पण पर्वतापासून सागरापर्यंतच्या प्रवासात तिला राहून राहून वाटे,

'आपल्या आयुष्याचा एवढाच का उपयोग आहे? योजनेच्या योजने धावून आपण काय मिळवतो? एक दीर्घ चुंबन, एक दृढ आलिंगन, त्या चुंबनात प्रवासाचा शीण नाहीसा करण्याची शक्ती आहे. त्या आलिंगनात सारे जग विसरून जायला लावण्याची जादू आहे, पण...'

तिची विचारमालिका इथेच तुटून जाई. तिच्या कानांत त्या प्रवासाचे शब्द धुमू लागत :

रानांतून वाहणाऱ्या नदीचे आयुष्य अगदी फुकट आहे. तिकडे पाणी नाही, म्हणून पिके वाळून चालली आहेत; अन्न नाही, म्हणून माणसे तडफडत आहेत–

आपल्या प्रवाहाची दिशा चुकली, असे तिला वाटू लागले पण–

मनातले बंडखोर विचार ऐकू येऊ नयेत, म्हणून ती स्वतःशी मोठमोठ्याने गीत गाऊ लागली.

'प्रीती हेच जीवनाचे साफल्य आहे. एका चुंबनात जे सुख आहे, ते उभ्या स्वर्गात सुद्धा मिळणार नाही.'

शतकांमागून शतके गेली. नदी तशीच वाहत होती, सागराला मिळत होती आणि त्या मीलनाने आपल्या जीवनाचे सार्थक झाले, असे मानत होती.

एके दिवशी किती तरी माणसांनी तिच्या त्या प्रेमसमाधीचा भंग केला. एक मोठा बांध घालून आपल्याला अडवून ठेवण्याचा त्या माणसांचा संकल्प आहे, असे तिला कळले. ती रागाने तांबडीलाल होऊन अकांडतांडव करू लागली.

पण यंत्राच्या सामर्थ्यापुढे तिच्या रागाला नमते घ्यावे लागले.

धरण तयार झाले. आपल्या प्रीतीच्या आड येणाऱ्या त्या धरणाला मनातल्या मनात तिने किती शाप दिले, याची गणतीच नाही.

महिन्यांमागून महिने गेले.

धरण पाहायला येणारी माणसे पाण्याच्या त्या अफाट विस्ताराकडे पाहत म्हणू लागली,

'या नदीच्या पाण्यामुळे सभोवतालच्या माळरानात सोने पिकायला लागले आहे.'

आपल्या पाण्याचा थेंब नि थेंब माणसांना जगवीत आहे, हे कळल्यावर तिला त्या धरणाविषयी प्रेम वाटू लागले.

नदी पूर्वीइतक्या उत्सुकतेने आपल्याला चुंबन देत नाही, पूर्वीइतक्या आवेगाने आपल्या बाहुपाशात उडी घेत नाही, अशी सागराला शंका येऊ लागली. त्याने खोदून विचारले,

'तुझं माझ्यावरचं प्रेम आटलं वाटतं?'

तिने उत्तर दिले,

'खरे प्रेम कधी आटत नाही!'

'मग?' त्याने कुऱ्याने प्रश्न केला.

नदी हसत हसत उतरली,

'प्रीतीप्रमाणे जीवनाचा दुसराही एक उपयोग आहे, हे अलीकडेच कळलं मला!'

'कुणी शिकविले हे तुला?'

'धरणानं.'

■

विजय कोणाचा?

श्रीमंत 'प्रजासेवक' वाचण्यात अगदी गुंग होऊन गेले होते. लक्ष्मी-सरस्वतीचा हा अपूर्व संगम दृग्गोचर होण्याचे कारण त्या वर्तमानपत्रात श्रीमंतांवर आलेली कडक टीका हेच होते, असे मात्र नाही. लक्ष्मी पायाशी लोळण घेत असताना देखील सरस्वतीचा वरदहस्त आपल्या मस्तकी असावा, अशी श्रीमंतांची फार इच्छा! राणीसाहेब गावाला गेल्या, म्हणजे जेवढ्या उत्सुकतेने ते टपालाची वाट बघत, तेवढी नसली तरी दररोजच्या टपालाविषयी त्यांना वाटणारी उत्कंठा एखाद्या देवभक्ताला शोभण्यासारखी होती. मोटारीत बसून फिरायला जाताना देखील त्यांचे वाचन चाले. ते नेहमी म्हणतच की,

'मारुतीच्या हातात मोटारीचे चाक आहे. तोपर्यंत मला मान वर करून बघायचं कारणच नाही मुळी.'

ते गादीवर आले, त्याच दिवशी संस्थानातील नायकिणींचा बंगला ओस पडला. आपल्या सुरूप पोरींची नव्या श्रीमंतांपाशी वर्णी लागणार, या आशेने डोळ्यांत तेल घालून बसलेल्या म्हाताऱ्या नायकिणींनी 'असला कसला गं बाई हा संस्थानिक! जळ्ळी मेली ही सुधारणा!' असे उद्गार त्या वेळी तळतळून काढले होते. 'प्रजासेवक' पत्राने मात्र 'श्रीमंतांनी या कृत्याने आपले रामचंद्र हे नाव सार्थ केले.' असा याबाबतीत त्यांचा गौरव केला होता. त्यांच्या साध्या पोशाखात त्यांचे मन प्रतिबिंबित होत असे. रामचंद्रराव आप्पासाहेबांची स्वारी कुठे फिरायला गेली, तरी गौतम बुद्धाप्रमाणे जगाच्या दुःखाकडे त्यांचे चटकन लक्ष जाते, असा लौकिक अवघ्या तीन वर्षांत त्यांनी संपादन केला होता. 'देवा, महाराजांस्नी उदंड औक्ष द्ये.' असे उद्गार त्यांच्या

वाढदिवशी प्रत्येक खेड्यापाड्यांतून निघत असत. या विलक्षण लोकप्रियतेमुळे अलीकडे त्यांचे मन थोड्याशा प्रतिकूल टीकेने देखील प्रक्षुब्ध होत असे. स्तुतीच्या पुष्पमालांनी झाकून गेलेले मनही फुलासारखेच नाजूक होत असते.

'प्रजासेवका'तल्या टीकेने आज त्यांच्या मनाचे असेच मंथन केले होते व त्यामुळे दारात येऊन उभ्या राहिलेल्या मारुतीकडे त्यांचे लक्षच गेले नाही. आपल्यावरील टीकेचा भाग त्यांनी पुन्हा वाचून संपविला व मान उडवीत ते स्वतःशी म्हणाले,

'अं! हे संपादक म्हणजे निव्वळ उंटावरले शहाणे! ब्रह्मज्ञान सांगावयाला काय जाते यांचे? म्हणे, दारूबंदी करा. दारूबंदी करा नि खजिन्यात काय भरा?'

त्यांनी वर पाहिले, तो दारात मारुती ड्रायव्हरच्या पोशाखात उभा!

श्रीमंताची नजर वर झालेली पाहताच मारुतीने चटकन लवून सलाम केला.

"मोटार तयार आहे, सरकार!"

"किती वाजले बरे?" डाव्या मनगटावरील घड्याळाकडे पाहत श्रीमंत म्हणाले, "चार! तो फोटोग्राफर साडेतीनला येणार होता फोटो घेऊन! अजून पत्ता नाही बेट्याचा! आळशी लोकांची घड्याळे देखील आळशीच होतात!"

"त्या पुलापर्यंत जाऊन यायला दोन तास तरी लागतील! आता निघाले, तर सहाला परत येऊ. माझी ड्यूटी साताला संपते, सरकार!" मारुती भीत भीत म्हणाला.

"सात वाजून गेले यायला, तर राजवाड्यातच राहा, म्हणजे झाले."

मारुतीच्या चेहऱ्यावर या वाक्याने खिन्नपणाची छाया पसरली. ती दिसल्यामुळेच की काय, श्रीमंत म्हणाले,

"अगदी एक रात्र देखील मुलाला सोडून राहवत नाही का रे? बाकी तुझा मुलगा आहेच तसा गुटगुटीत न् गुणी! युवराजांना मागे टाकून शिशुसप्ताहात पहिले बक्षीस उगीच नाही मिळविलेन् त्याने. हो, मी तुला सांगायला विसरलोच होतो. राणीसाहेबांना तुझा हा मुलगा... काय त्याचे नाव म्हटलेस?"

"जया, चांगल्या पायगुणाचा आहे सरकार, त्याच्या बारशादिवशीच मला या पायांची नोकरी लागली!"

"तेव्हा असे कर, प्रजासेवकाच्या संपादकांना मी भेटीला बोलाविले आहे. ते येऊन जाईपर्यंत तू जयाला नि त्याच्या आईला मोटारीतून राणीसाहेबांकडे घेऊन जा. जाताना मला पाहायचे आहे त्या गुलामाला. मुले असावीत तर अशी!"

मारुती सलाम करून निघून गेला.

श्रीमंत पुन्हा प्रजासेवकातील आपल्यावरील टीका वाचू लागले. शरीराला झालेल्या एखाद्या जखमेकडे जसा मनुष्याचा हात पुन्हा पुन्हा जातो, त्याप्रमाणे मनाला बोचणारे उद्गार वारंवार वाचण्याची मनुष्याची प्रवृत्ती असते. वाचता वाचता त्यांचा स्वर मोठा झाला.

"सरकारी खजिन्यात दारूवरील कराच्या रूपाने जमा होणारा प्रत्येक पैसा कुठून येतो? दारूबाजाच्या निढळाच्या घामात, त्याच्या बायकोच्या अश्रूत व त्याच्या पोरांच्या रक्तात भिजून तो आलेला असतो. लाखो बायकापोरांची पोटे जेव्हा रिकामी राहतात, तेव्हा सरकारची तिजोरी भरते. हजारो पतिव्रतांची अंगे बेफाम नवऱ्याच्या माराने एकीकडे सुजत असतात व दुसरीकडे सरकारी जमाबंदीची रक्कम फुगत असते. पोटातल्या आगीने जळणारी व बाहेरच्या थंडीने कुडकुडणारी दारूबाजांची लक्षावधी मुले देशात तडफडत असतात, म्हणूनच शिशुसप्ताह साजरे करण्याला पाहिजे असलेला पैसा सरकारला मिळत असतो. दारूचे व्यसन सर्रास चालू ठेवून प्रजा सुखी करू पाहणे म्हणजे वेलीच्या मुळाशी निखारे घालून तिच्या फुलांची अपेक्षा करीत बसण्यासारखे आहे.''

दारावरील हुजऱ्याच्या येण्याची चाहूल लागून श्रीमंतांनी वर पाहिले.

हुजऱ्याने वाकून सलाम करून एक नावाचे कार्ड श्रीमंतांच्या हातात दिले. त्याच्यावर नजर टाकून श्रीमंत म्हणाले,

"पाठवून दे त्यांना आत!''

"महाराजांनी माझे म्हणणे शांतपणाने ऐकून घेतल्याबद्दल मी अत्यंत आभारी आहे.'' प्रजासेवकाचे संपादक म्हणाले.

"तुमचे म्हणणे ऐकण्याकरताच तर तुम्हाला बोलाविले होते. पण तुमच्या तब्बल तासाच्या व्याख्यानाने माझ्या मनात मात्र काडीइतका देखील फरक पडला नाही.''

"संस्थानाचे दुर्दैव म्हणायचे!''

"एकीकडे शिक्षण सक्तीचे झाले पाहिजे, असे तुम्हीच म्हणता व दुसरीकडे दारूबंदी करावी, म्हणून तुम्हीच सांगता. दारूबंदीप्रमाणे जमाबंदीकडेही पाहिले पाहिजे. दारूबंदी केली, तर शिक्षणाला पैसा कुठून मिळणार?''

"दारूचा वास येत असलेले विद्यामृतच आम्हाला पाजा, असे कुठे म्हणणे आहे प्रजेचे?''

"उंटावरून शेळ्या हाकणाराला डोंगरावरील काट्याकुट्यांची कल्पना नसते, हेच खरे. लहान मुलांच्या आरोग्याकडे लोकांचे लक्ष लागावे, म्हणून संस्थानाने एवढा मोठा शिशुसप्ताह परवा केला. दारूचे उत्पन्न शून्य असते, तर हा खर्च संस्थानला करता आला असता काय?''

"शिशुसप्ताह वाईट आहे, असे नाही म्हणत मी! पण जेथे दारूबाज बाप, पोर जेवले आहे की उपाशी आहे, याचीच पर्वा करीत नाही, तेथे शिशुसप्ताहापासून त्याला अगर त्याच्या मुलांना काय फायदा होणार?''

"लोक दारूबाज होतात, त्याला आम्ही काय करायचे?"

"सरकार दारूची दुकाने घालण्याला परवानगी देते, म्हणून लोक दारूबाज बनतात. आंधळ्याच्या वाटेत खड्डा खणून ठेवायचा आणि तो त्यात पडला, म्हणजे 'दुसरी वाट नव्हती काय जायला?' असे वर विचारायचे, तशातलाच प्रकार होतो आहे हा सरकार!"

"उभ्या जन्मात दारूच्या थेंबाला शिवलो नाही मी कधी."

"हे महाराजांना नि:संशय भूषणावह आहे. पण रामाचे एकपत्नीव्रत डोळ्यांपुढे असूनही रावणाने परस्त्रीचा अभिलाष धरलाच की नाही?"

"शिक्षणाचा प्रसार झाला, की दारूचे व्यसन हळूहळू होईलच कमी."

"मला नाही वाटत तसे. अग्नी जवळ असला की लोणी वितळणारच. मग ते थंडीने किती का घट्ट झालेले असेना! मोहाचे जाळेच लोकांच्या वाटेतून काढून टाकले पाहिजे. त्या जाळ्यावरून लोक उड्या मारून जातील, असला आशावाद निष्फळ आहे, सरकार. चंद्राने समुद्राला आपल्याकडे कितीही प्रेमाने ओढले, तरी सागराच्या तळाशी चाललेल्या खळबळीचा त्याला काहीही पत्ता लागत नाही. आपलीही स्थिती तशीच आहे. या दारूच्या पायी दररोज किती पोरे भाकरीच्या तुकड्यासाठी तळमळताहेत, या दारूच्या आगीने किती आईबापांच्या आशांची राखरांगोळी केली आहे, या तांबड्या पाण्यामुळे स्वभावत: गंगाजलाप्रमाणे निर्मळ असणाऱ्या किती लोकांना काळे पाणी पाहावे लागले आहे."

"नेहमी व्याख्याने देण्याची सवय असल्यामुळे तुमचे बोलणे परिणामकारक होते, यात संशय नाही. पण हा प्रश्न काव्यातल्या कल्पनांनी सुटणार नाही. राज्यकारभाराला लागणारे पैसे झाडाला लागत नाहीत काही!"

"प्रजेच्या प्राणापेक्षा पैशाची किंमत कधीच अधिक नसते."

"हा उपदेश तुम्ही नको करायला मला. तीन वर्षांतला माझा राज्यकारभारच काय ते लोकांना सांगेल. तुम्ही खुशाल वाटेल तितकी टीका करा. संस्थानच्या सर्वांगीण प्रगतीसाठीच मला दारूबंदीचा कायदा करता येत नाही."

हुजऱ्या फोटोग्राफरला घेऊन आल्यामुळे श्रीमंत व संपादक यांची ही संवादात्मक रस्सीखेच इथेच थांबली.

श्रीमंतांनी सर्व फोटो हातांत घेतले व मोठ्या उत्कंठतेने ते पाहायला सुरुवात केली. मधलाच एक फोटो संपादकांपुढे करून ते म्हणाले,

"हा पाहिलात का फोटो? आमच्या मारुती ड्रायव्हरच्या मुलाचा आहे हा! शिशुसप्ताहात सात वर्षांच्या मुलांना ठेवलेल्या दोन बक्षिसांपैकी पहिले त्याने पटकावले व दुसरे युवराजांना मिळाले."

संपादकांनी तो फोटो हातात घेतला. एखाद्या पूर्ण फुललेल्या गुलाबाप्रमाणे दिसणारी ती छबी पाहून त्यांना आनंद झाला. पण दुसऱ्याच क्षणी त्यांनी एक

दु:खाचा सुस्कारा सोडला. तो अर्थपूर्ण सुस्कारा श्रीमंतांनाही ऐकू गेला.

"वाईट कसले वाटले तुम्हाला? कसा दगडासारखा मुलगा आहे नाही?"

"वाईट एवढ्यासाठीच वाटले, की या दगडातून देव निर्माण न होता दारूबाज बापामुळे या दगडाची माती होऊन जाईल."

"आली तुमची कथा मूळपदावर. शिशुसप्ताहात बक्षिसे मिळविणारी मुलेच मोठेपणी विजय मिळवितील."

श्रीमंतांचा शेवटचा शब्द कुणाच्याशा हास्यात संपादकांना अस्पष्टच ऐकू आला. त्यांनी दरवाजाकडे वळून पाहिले, तो दोन मुले धावतच दिवाणखान्यात येत होती. त्या मुलांच्या मागोमाग मारुती आला व त्यांतील काळसर मुलाच्या दंडाला धरून म्हणाला,

"किती रे अवखळ आहेस, जया! समोर महाराज बसले आहेत ना?"

श्रीमंत हसून म्हणाले,

"देवाप्रमाणे लहान मुलांना राजा व रंक दोन्ही सारखेच! सोड तू त्याचा दंड."

त्याच्या या बेडरपणाचे श्रीमंतांना मोठे कौतुक वाटले. त्यांनी त्याला जवळ बोलावून त्याच्या पाठीवरून हात फिरवला. चांदण्याने पृथ्वी जशी मुग्ध होऊन जाते, त्याप्रमाणे प्रेमस्पर्शाने जीव तत्काळ वश होतो.

जया खुल्या दिलाने श्रीमंतांबरोबर बोलू लागला.

"राणीसाहेबांकडे आलास का जाऊन?"

या प्रश्नाचे उत्तर नुसते 'होय' असे न देता त्याने लांबलचक वर्णनाला सुरुवात केली,

"राणीसाहेबांनी किनई, आईला कसले छान छान लुगडे दिले आहे, म्हणता! मला सुद्धा जरीची टोपी दिली. त्या दिवशी माझा नंबर विजय महाराजांच्या वर होता ना, हो? मग मला त्यांच्यासारखा मऊमऊ कोट का हो नाही?"

"देऊ या हं करून!" राजेसाहेबांनी उत्तर दिले. "मात्र तू दररोज विजयबरोबर खेळायला येत जा!"

"ते नाही वाटते आमच्या घरी येणार?"

"येईल हं तुझ्या घरी तो कधी तरी. बरे, मारुती, आता पुलाकडे परत जाऊन यायला आठ तरी होतील, नाही?"

"होय, सरकार!" मारुती खिन्न स्वराने म्हणाला. त्याची नाखुशी त्याच्या चेहऱ्यावर स्पष्ट दृग्गोचर होत होती. त्याची अनिच्छा लक्षात घेऊन श्रीमंत म्हणाले, "तू जयाला घरी घेऊन जा. मी दुसऱ्या ड्रायव्हरला घेऊन जाईन."

श्रीमंतांनी जयाचा गालगुच्चा घेतला, जयाने विजयच्या कानात काही गुपित सांगितले व नंतर मारुती त्याचे बोट धरून त्याला बाहेर घेऊन गेला.

लगेच श्रीमंत संपादकाकडे वळून म्हणाले,

"मी प्रजेशी असा वागतो आहे. जयात व विजयांत मी काही भेद केला का? त्या मारुतीला किती गोडीगुलाबीने घरी जाण्याची परवानगी दिली, ते तुम्ही पाहिलंतच! लोकांचे बरे व्हावे, असे मलाही वाटते. पण दारूबंदी करणे हा काही त्याचा उपाय नव्हे! चला, हवे तर माझ्याबरोबर नव्या पुलाचे काम बघायला! लोकांच्या कल्याणाचेच आहे ते!"

पुलाचे काम पाहून परत यायला नऊ वाजून गेले. विजय जेवून केव्हाच झोपी गेला होता. राणीसाहेब चिंतातुर होऊन श्रीमंतांची वाट पाहत होत्या. मोटारीला अपघात बिपघात तर झाला नसेल ना, ही शंका त्याचे हृदय व्याकूळ करून सोडीत होती. या शंकेबरोबरच परत येणे झाल्यावर थोडेसे रागाचे नाटक दाखवायचे व अपरात्री कामाला न जाण्याचे वचन घ्यायचे, असा गोड विचारही सरीमागोमाग येणाऱ्या उन्हाप्रमाणे त्यांचे मन प्रकाशित करून टाकीत होता.

शेवटी एकदाचे मोटारीचे शिंग वाजले. श्रीमंतांची स्वारी दिसताच रागावण्याचा विचार कुठच्या कुठं दडून गेला व राणीसाहेबांच्या चेहऱ्यावर आनंददर्शक स्मित खेळू लागले.

कपडे काढून ठेवून हुजऱ्या बाहेर गेल्यावर श्रीमंत म्हणाले,

"राजाची राणी होण्यापेक्षा त्या मारत्याची बायको होणे बरे, असे तुला वाटत असेल नाही? कधी साताच्या पलीकडे वाड्यात राहावयाला तयार नाही तो. आम्ही मात्र राजे होऊन नऊनऊ वाजवितो घरी यायला!"

"राजवाड्यापेक्षा झोपडी बरी, असे वाटते खरे, अशा वेळेला. पण संध्याकाळी मारुतीच्या बायकोला पाहिल्यापासून झोपडीत राजवाड्याच्या दुप्पट दुःख असते, असे वाटू लागले आहे!"

"तिला दुःखी असायचे काय कारण बुवा? चांगला तीस रुपये पगार मिळतो नवऱ्याला! पोरगा म्हणजे नुसते रत्न आहे, रत्न!"

"पण तीस रुपयांपैकी तिच्या पोटाला एक पै मिळत असेल, तर ना? तो मारुती मेला दारूबाज आहे की काय, कोणाला ठाऊक!"

"दारूबाज! कशावरून?" श्रीमंत एकदम चमकून म्हणाले. आपल्या सहवासातील इसम दारूबाज आहे, ही कल्पनाच त्यांना विलक्षण वाटली.

"मी तिला नवे लुगडे दिले व पुन्हा येशील, तेव्हा हे नेसून ये, म्हणून सांगितले. तेव्हा 'तिथपर्यंत घरात राहिले, तर!' असे कायसे म्हणाली. शिवाय तिच्या तोंडावर कळा कशी ती नाही."

"अस्से!" राजेसाहेब काही तरी बोलायचे, म्हणून बोलले. नेहमी बारा तास आपल्या निकट सहवासात राहणारा मारुती दारूबाज असावा, याचे त्यांना आश्चर्य वाटत होते. पण दिव्याखालीच जगात अंधेर वावरत असतो!

''त्या जयानेही विजयला काही तरी सांगितले असावे. 'जयाचे बाबा त्याच्या आईला का गं मारतात?' असे विजय मला मघाशी विचारीत होता.''

श्रीमंतांनी राणीसाहेबांच्या बोलण्याला काहीच उत्तर दिले नाही. मारुतीसारख्या सर्व दृष्टींनी सुखात असणाऱ्या मनुष्याने दारू का प्यावी, तेच त्यांना कळत नव्हते.

सकाळी चहापान झाल्यावर गावाच्या कुठल्या तरी भागातून एकट्यानेच मोटारीतून चक्कर मारून यायचे, असा श्रीमंतांचा शिरस्ता होता. सूर्यवंशी लोकांना लवकर उठण्याचा धडा देणे, मराठी शाळेतल्या मास्तरांना भाजी वगैरे घेऊन नंतर शाळेत जाण्याचा मोह उत्पन्न न होऊ देणे, सकाळची उत्साहवर्धक हवा खाणे वगैरे अनेक कामे या चकरीमुळे साधत असत. आज विजयने बरोबर येण्याचा हट्ट धरल्यामुळे त्याला घेऊन श्रीमंत फेरफटक्याला बाहेर पडले.

दहा मिनिटांत त्यांनी गाव मागे टाकले. विजय कुतूहलाने रस्त्याच्या दोन्ही बाजूंना पाहत होता. तो एकदम ओरडला,

''जया! आप्पासाहेब, जया.''

श्रीमंतांनी मोटार थांबविली व खाली उतरून पाहिले, तो रस्त्याच्या कडेला जया बसला होता.

''इकडे कुणीकडे, रे तू?''

''डोंगरावर शिरपुटे गोळा करायला गेली आहे आई!''

महिना तीस रुपये मिळविणाऱ्या मारुतीच्या बायकोला सकाळी उठल्याबरोबर मैल, दोन मैलांवर स्वयंपाकाकरिता काटक्या गोळा कराव्या लागतात, याचा अर्थ काय, असा प्रश्न श्रीमंतांच्या मनात उभा राहिला. लगेच त्याचे 'दारू' हे उत्तर त्यांना दिसू लागले.

एवढ्या वेळात विजयही उतरून जयापाशी आला होता. जयाचा हात हातात घेऊन खेळता खेळता तो म्हणाला,

''जया, तुला ताप आलाय का रे?''

श्रीमंतांनी जयाच्या अंगाला हात लावून पाहिला. पोर तापाने फणफणत होते.

''कशाने रे आला हा ताप?''

''लागलेय इथे...'' असे म्हणून जयाने उजवीकडे मान वळविली. डोक्याच्या मागच्या बाजूला चांगलीच खोक पडली होती.

''कुठे रे पडलास?'' श्रीमंतांनी विचारले.

''परसातल्या विहिरीजवळ.''

''आपोआपच पडलास?''

''आई म्हणाली आहे, सांगू नकोस कोणाला म्हणून.''

''सांग तू मला. आई काही रागावणार नाही तुझ्यावर.''

"काल राणीसाहेबांनी दिलेली जरीची टोपी रात्री बाबा मागायला लागला. मी नाही म्हटले, तेव्हा मारायला लागला. टोपी घेऊन मी पळालो परसात. पण विहिरीपाशी मला ढकलून देऊन टोपी काढून घेतलीन् त्याने." सांगता सांगता जयाच्या डोळ्यांत अश्रू उभे राहिले. पडलेल्या खोकेपेक्षा जरीची टोपी गेल्याचेच दुःख त्याला जास्ती होत होते.

श्रीमंतांनी डोंगराकडे पाहिले.

एक फाटके लुगडे नेसलेली बाई डोक्यावर काटक्यांचा भारा घेऊन डोंगर उतरत होती! जयाच्या जरीच्या टोपीप्रमाणे तिचे लुगडेही कलालाच्या भक्ष्यस्थानी पडले असावे, अशी त्यांची खात्री झाली. आपण इथे राहिल्यास तिला अधिकच वाईट वाटेल, म्हणून ते विजयसह मोटारीकडे परत आले व बरोबर आलेल्या हुजऱ्याला म्हणाले,

"तू राहा इथेच उभा. मोटारीत कुणी नसले, तरी चालेल मला! ती मारुतीची बायको डोंगर उतरून आली, की तिला सांगून जयाला घेऊन दवाखान्यात जा, तिथे त्याची खोक धुऊन, पट्टी बांधून घे आणि त्याला राजवाड्यात घेऊन ये."

श्रीमंतांच्या हातात मोटारीचे व डोक्यात दारूविषयीच्या विचारांचे चक्र फिरू लागले. सातानंतर मारुती वाड्यात राहायला तयार का नाही, याचे कारण त्यांना आता समजले. साताला त्याला मदिरादेवीच्या सेवेला सादर व्हावयाचे असते. मारुती म्हणजे एरवी किती सालस माणूस. पण दारूने देवाचा राक्षस होतो, हेच खरे. नोकरीवरून काढून टाकण्याची भीती घालून त्याचे व्यसन कमी झाले, तर पाहावे, असे त्यांनी विचारांती मनाशी ठरवले. मोटार यावेळी राजवाड्याकडे जाणाऱ्या छोट्या बाकदार रस्त्यापाशी आली होती. तिथे पुलाच्या कामाच्या मक्तेदारांनी आपल्याला नमस्कार केला, असे वाटल्यावरून श्रीमंतांनी मोटार थांबवली. मक्तेदारांना कामासंबंधी काही बोलायचे होते. आपण मोटारीत बसून मक्तेदारांना रस्त्यात उभे करणे आपल्या समतेच्या बाण्याविरूद्ध होईल, असे वाटून श्रीमंत मोटारीतून उतरले व त्यांच्याशी बोलू लागले.

मोटार दूर का उभी राहिली, हे पाहण्यासाठी मारुती वाड्यातून बाहेर आला. तो बाहेर आला, त्याच वेळी मोटार एकदम सुरू झाली. श्रीमंत बाहेर जाऊन बोलत उभे राहिलेले पाहून विजय बालस्वभावाला अनुसरून मोटारीच्या चाकापाशी खेळू लागला होता. मोटार सुरू कशी करतात, हे त्याने पाहिले होते. त्याने लगेच प्रयोग केला व दुर्दैवाने तो यशस्वीही झाला. मोटार सुरू झाली, श्रीमंत घाबरून तिच्यामागून धावू लागले. वाड्याच्या मोठ्या दरवाजाकडे जायला एक मोठे वळण होते. त्या ठिकाणी मोटार फिरविली नाही, तर ती समोरच्या दगडी भिंतीवर जाऊन आपटणार, हे उघड दिसत होते. श्रीमंतांनी धावण्याची शिकस्त केली. नुसती मोटार गाठून काही फायदा नव्हता, हे खरे पण तेही त्यांना अशक्य झाले. आले; वळण आले.

श्रीमंतांच्या डोळ्यांपुढे अंधारी आली. पण इतक्यात समोरून कुणीतरी वायुवेगाने मोटारीच्या चाकाच्या बाजूला उडी मारून ती बरोबर वळविली. त्या दिवशी, द्रोणगिरीपर्यंत आणून लक्ष्मणाला प्राणदान करणाऱ्या मारुतीपेक्षा श्रीमंतांना व राणीसाहेबांना आपला मारुती मोठा वाटला.

मारुतीने धावत्या मोटारीत उडी मारण्याचे धाडस करून युवराजांचे प्राण वाचवले. त्याच्या या स्वामिभक्तीपुढे दारूचे व्यसन म्हणजे क:पदार्थ आहे, असे श्रीमंतांना वाटू लागले. सूर्याच्या प्रकाशाकडे पाहत असताना त्याच्यावरही डाग आहेत, हे शास्त्रीय ज्ञान कोठल्या कोठे नाहीसे होते, हा नित्याचा अनुभव आहे. युवराजांचे प्राण वाचविल्यामुळे बडतर्फीऐवजी बढतीच मारुतीच्या पदरात पडली. मारुतीच्या दारू दुकानदाराला अत्यंत आनंद झाला.

बरेच दिवस झाले, तरी जया राजवाड्याकडे फिरला नाही. विजय वरचेवर त्याची आठवण काढी व मारुती, तो आजारी आहे, असे सांगे. गणेशचतुर्थीच्या दिवशी पुलाचा उद्घाटन-समारंभ व्हावयाचा असल्यामुळे श्रीमंतांची स्वारी रात्रंदिवस त्याच कामात गुंतलेली असे. खुद्द गणेशचतुर्थीच्या दिवशीही राजवाड्यातील गणपती पाहण्याकरिता जया आला नाही, असे पाहून पुलाकडे जाताना श्रीमंत मारुतीला म्हणाले,

"काय रे, जया दिसला नाही हल्ली कुठे तो?"

"तापाने बेमार आहे, सरकार!"

"कशाने रे ताप येतोय?"

"ती मागची खोक बरी व्हायच्या आधीच डोकं फोडून घेतलं पोरानं!"

"त्याने फोडून घेतले की दुसऱ्या कुणी फोडले?"

मारुतीने एकदम दचकून श्रीमंतांकडे पाहिले.

आपल्या खासगी गोष्टी कुणीतरी श्रीमंतांना कळविल्या, असे वाटून त्याच्या अंगाचा भडका उडाला. कळविणार कोण? एका बायको, नाही तर मुलगा!

"जयाचे औषधपाणी नीट करतोस ना?"

"होय सरकार पण पोराने फार दिवसांपासून एक हट्ट धरला आहे."

"सांग ना कोणता तो. हट्ट पोरांचेच पुरवायचे असतात; थोरांचे नाहीत."

"धाकट्या सरकारांना कधी एकदा पाहीन, असे झाले आहे त्याला."

"पुलाचा समारंभ झाला, की जा ना विजयला तुझ्या घरी घेऊन. लवकर आणून पोहोचता कर, म्हणजे झाले!" श्रीमंत जवळ बसलेल्या युवराजांकडे पाहत म्हणाले, "मग मारुतीबरोबर त्याच्या घरी जा आणि त्याला भेटून ये हं. चतुर्थीचा खाऊ म्हणून त्याला हे दहा रुपये दे!" श्रीमंतांनी एक दहा रुपयांची नोट विजयच्या हातात ठेवली.

पूल सुरू करण्याचा समारंभ यशस्वी रितीने पार पडला. श्रीमंतांनी मोठे मार्मिक व प्रेमळ भाषण केले,

"प्रत्येक मनुष्याने आपले आयुष्य पुलासारखे उपयुक्त केले पाहिजे. श्रीमंत-गरीब, स्पृश्य-अस्पृश्य, सुशिक्षित-अशिक्षित, ऋणको-धनको, स्त्री-पुरुष हे सर्व आपल्या समाजात तुटून वागतात व लहानशा कारणासाठी त्यातील दुर्बल अबलांवर तुटून पडतात. प्रेमाच्या पुलाने हे समाजाचे विभक्त वाटणारे भाग जोडले, तरच आपणाला खरे सुख मिळेल," ह्या त्यांच्या भाषणाच्या समारोपाला तर हस्तनक्षत्रांच्या मेघगर्जनेला लाजविणाऱ्या टाळ्यांचा कडकडाट झाला. भाषण संपविता संपविता त्यांची नजर समोरच बसून भाषण टिपून घेत असलेल्या प्रजासेवकांच्या संपादकांकडे गेली. जाता जाता त्यांना टोमणा मारण्याचा मोह श्रीमंतांना आवरला नाही. अस्फुट स्मित करीत ते म्हणाले,

"दारूबंदीचा कायदा करायला मी तयार नसल्यामुळे प्रजेचे खरे कल्याण मला कळत नाही, असे कित्येक लोकांचे म्हणणे आहे. त्यांच्या या आक्षेपाला हा भव्य पूलच परस्पर उत्तर देईल. खाली वाहणाऱ्या भयंकर नदीची भीती जशी या पुलाने नाहीशी केली आहे, त्याप्रमाणे सार्वत्रिक शिक्षणाचा पूल बांधून दारूच्या नदीपासून होणारे अनर्थ थांबविण्याच्या प्रयत्नाला मी कधीच लागलो आहे. अशा रितीने दारूशी लढण्यात माझा पूर्ण विजय होईल, अशी माझी आशा आहे."

टाळ्या, गोंगाट, हारतुरे, पानसुपारी वगैरे गोष्टी यथाक्रम होऊन समारंभ संपला. श्रीमंतांना वाड्यात पोहोचवून युवराज व त्यांचा हुजऱ्या यांच्यासह मारुती आपल्या घरी जावयाला निघाला. जाताना राणीसाहेब मारुतीला बजावून म्हणाल्या,

"मारुती, संभाळ हं विजयला, त्याला मोटारीच्या चाकाला हात लावू देऊ नकोस मुळी. त्या दिवशी तू होतास, म्हणून माझे बाळ..." त्यांना पुढे बोलवेना.

त्या पदराने डोळे पुसून क्षणोक्षणी लहान होत जाणाऱ्या मोटारीकडे पाहत उभ्या राहिल्या.

जयाच्या खोलीत विजयने पाऊल टाकले, तो प्रथम त्याला काही दिसेनाच, त्याने प्रेमभराने हाक मारली,

"जया...!"

क्षीण आवाजात उत्तर आले,

"ओ."

उत्तराच्या दिशेने विजयने पाऊल टाकले.

एका लहान झरोक्यापाशी एक-दोन फाटक्या कांबळ्यांवर गोधडी अंथरून त्यावर जयाला निजविले होते.

"बाबा..." जया कण्हत म्हणाला, "आई भांडी घासायला गेली आहे. तिला

बोलवा ना, म्हणजे ती चहा देईल!''

मारुतीने अश्रुपूर्ण नेत्रांनी जया-विजयच्या जोडीकडे पाहिले व ''सरकार, बसा इथंच हं...'' असे म्हणून तो खोलीबाहेर पडला.

तो कुठे तरी बाहेर जात आहे, असे पाहून मोटारीत बसलेला हुजऱ्या म्हणाला,

''काय राव, कुठे चालली स्वारी?''

''घरकरणीला बोलावून आणायला.''

''कितीसे लांब जायचेय? वाटेवर काही दुकानबिकान आहे की नाही?''

''वाटेवर दुकान आहे पण पै देखील नाही बाबा माझ्या खिशात.''

''नसेना! आम्ही तुमच्या घरी आलो असलो, तरी तुम्हीच आमचे पाव्हणे. चला राव, दोन पेले घेऊन जीव जरा आराम करू या.''

मारुती व हुजऱ्या निघून गेले.

आत विजय व जया यांच्या गोष्टी अगदी रंगात आल्या होत्या. काळेकुट्ट आकाश विजेच्या चमकीने क्षणभर निवळावे, त्याप्रमाणे विजयच्या प्रेमाने जयाची निस्तेज झालेली जीवनज्योती चमकू लागली होती. आठ-नऊ महिने तुंबवून ठेवलेले पाणी मृगारंभी मुसळधारांनी पृथ्वीवर वर्षणाऱ्या आकाशाप्रमाणे तो आपल्या आजारातल्या साऱ्या गोष्टी विजयला सांगत होता. त्याची पहिली खोक बरी होत आली होती. पण एके दिवशी मारुती बायकोला मारू लागला, हे पाहून, 'आईला मारू नका हो बाबा' असे म्हणत जया दोघांच्या मध्ये पडला. बेफाम धावणारी मोटार आड येणाऱ्या मनुष्याची पर्वा करीत नाही. दारूच्या धुंदीत मारुतीचेही तसेच झाले. त्याने धाडकन जयाला दूर लोटून दिले. जया जात्यावर जाऊन पडला व पूर्वीच्या खोकेच्या जागीच जोराचा धाव लागल्यामुळे पुन्हा आजारी पडला. जखमेने ताप येऊ लागला. तापाने अशक्तपणा आला व आता तर त्याला अंथरुणावरून उठण्याची शक्ती देखील नव्हती.

''तू आमच्या राजवाड्यातला गणपती पाहायला येणार ना आज?'' विजयने मोठ्या प्रेमाने त्याला विचारले.

''यावेसे वाटते पण उठता येत नाही. चतुर्थीच्या फटाकड्या उडवायला हात कसे शिवशिवताहेत! पण काय करू?''

''होशील आता तू बरा हं. मी अप्पासाहेबांना सांगतो, म्हणजे ते मोठा डॉक्टर आणतील.''

''या खोलीत मला कसे कोंडल्यासारखे होते. बरा असताना परसात जाऊन किती किती चांदण्या बघत होतो! कसे खेळायला छान लोलक आहेत, असे मला वाटे! वाटोळा चंद्र पाहिला की मी आईला विचारी, 'आई, हा मोठा चेंडू घेऊन

आभाळात कोण गं खेळते आहे?' ती म्हणे, 'देव!' सकाळी उठून आभाळाकडे पाहत बसले, म्हणजे केवढी गंमत वाटे म्हणून सांगू? तांबडी, सोनेरी नि निळी शाई कुणी तरी आभाळाच्या कागदावर सांडीत आहे, असे दिसते नाही? किती दिवस झाले. यांतले काही देखील बघायला मिळाले नाही, बघ.''

''तू बरा झालास किनई, म्हणजे आपण दोघे हे सगळे बघू या.''

''आज तर कसे अगदी चुकल्याचुकल्यासारखे होतेय. या झरोक्याबाहेरच एक गुलाबाचे झाड होते. दररोज त्याचे एक तरी फूल फुले. त्या फुलाकडे पाहिले, म्हणजे देवबाप्पाच मला राखण्यासाठी तिथे येऊन राहिले आहे, असे वाटे. पण आज त्याचे फूल मुळी फुललेच नाही, नि त्यामुळे मला किती भीती वाटते आहे!''

''जया, तू एवढा सशक्त. माझ्यावर नंबर मिळविलास शक्तीत. असे उगीच भ्यावे का आपण?''

''मला किनई, कुणी तरी आईजवळून हिसकावून नेत आहे, असे वाटते! आभाळ काळेकुट्ट झाले, की बागुलबुवाच मला न्यायला आला, असे वाटून माझी घाबरगुंडी उडते, बघा. रात्र झाली, की माझ्या छातीत कसेसेच होते. छपरावर पाऊस सपसप पडू लागला, की मला मारायलाच कुणी आले असे वाटायला लागते.'' हे बोलता बोलताच जया विजयला बिलगला.

त्याच्या गळ्यात हात घालून विजय म्हणाला,

''तू अगदी भिऊ नकोस हं. हे आप्पासाहेबांनी दहा रुपये तुला खाऊला दिले आहेत.'' विजयने जयाच्या हातावर नोट ठेवली.

सद्‌गदित स्वराने जया म्हणाला,

''तुम्ही माझ्यावर किती माया करता! पण माझी भीती काही केल्या जात नाही. त्याला मी काय करू? वारा घो घो करू लागला, की कुणीतरी 'चल, जया, चल' असे दरडावून ओरडत आहे, असे मला वाटू लागते.''

''आपण आपली नावेच बदलू या. म्हणजे झाले. मला काही तुझ्यासारखी भीती वाटत नाही न् आमच्या वाड्यात मला न्यायला कुणी येणारही नाही. तेव्हा तू हो विजय नि मी होतो जया. 'चल, जया, चल' असे कुणी तुला म्हटले, तरी तू त्याला खुशाल सांग, 'माझे नाव आहे विजय, जया नव्हे मी.''

विजयाच्या या युक्तीने जयाला बरेच समाधान झाले. तो आनंदाने म्हणाला,

''खरेच! छान आहे युक्ती ही. आतापासूनच आपण नावे बदलू या.''

''विजय...'' विजयने हाक मारली.

''ओ...'' जयाने उत्तर दिलं.

''जया...'' जयाने हाक मारली.

''ओ...'' विजयने उत्तर दिलं.

जयाने प्रेमभराने विजयाला मिठी मारली. या प्रेमसमाधीत ती दोन बालके संगमातल्या नद्यांप्रमाणे दिसत होती.

त्यांच्या या प्रेमसमाधीचा भंग कुणाच्याशा धडपडीने झाला. खोलीत कोणी तरी आले होते. आपल्यालाच न्यायला कोणी तरी आले असेल, असे वाटून जया विजयला घट्ट चिकटला.

"जया, पैसे दे!" एखाद्या गुहेतून यावा, त्याप्रमाणे आवाज आला. तो मारुती असावा, असे विजयला वाटले, पण खात्री होईना. कुणीतरी अंथरुणाशी आले व खसकन हात धरून विजयला ओढले.

"बोल, नाव काय तुझे?" जयाशी केलेली नावाची अदलाबदल विजय विसरला नव्हता, तो धिटाईने म्हणाला,

"माझे नाव जया."

"टाक तर पैसे. टाक दहा रुपये. काय? नाही टाकत? मी दहा रुपयांची पिणार. मी शंभर रुपयांची पिणार. तुझ्या बापाचे काय जाते त्यात?" खांदा धरून बेफाम मारुतीने विजयला गदागदा हलविले. तो त्याच्या अंगावर पैसे चाचपू लागला. पण ते कुठेच मिळेनात; घाबरून गेल्यामुळे विजयच्याही तोंडून शब्द फुटेना.

"नाही ना देत पैसे तू! काय करायचेय असले कारटे!"

मारुतीने विजयची मोटली उचलली व तो एकदम परसात धावत गेला. जया तर भीतीने अर्धवट बेशुद्धच झाला होता. आपल्याजवळून विजयला कुणीतरी उचलून नेले, एवढे त्याला कळले. त्याने ओरडण्याचा प्रयत्न केला पण त्याच्या तोंडातून शब्दच फुटेना. याच वेळी जयाची आई भांडी घासून परत आली व त्याच्या खोलीच्या दारात येऊन 'जया, राजा रे, सोन्या रे,' अशी साद घालू लागली. जयाची 'आई' ही अस्पष्ट हाक व परसातल्या विहिरीतील धाड असा आवाज एकदमच तिच्या कानांवर पडला.

विजयचे प्रेत पाहताच जयाने त्याला मिठी मारली व जे डोळे मिटले, ते पुन्हा उघडलेच नाहीत!

मारुतीला पोलिसांच्या ताब्यात दिला होता. कोणी तरी गोळी घालून तत्काळ आपल्याला दु:खमुक्त का करीत नाही, असे त्याला वाटत होते. श्रीमंत समोर आले, तेव्हा तर तो एखाद्या लहान मुलाप्रमाणे ढळढळा रडत जमिनीवर धडपड डोके आपटून घेऊ लागला.

युवराजांच्या शवाला अग्नी देण्यापूर्वी श्रीमंतांच्या आज्ञेवरून कारभाऱ्यांनी दारूबंदीचा जाहीरनामा वाचून दाखविला.

दोन्ही बालकांच्या चिता पेटल्या. अग्नीच्या ज्वाळा जीभ बाहेर काढून 'विजय

कोणाचा?' म्हणून प्रश्न विचारू लागल्या.

लोकांनी उत्तर दिले,

'दारूबंदीचा!'

त्या उत्तराने ज्वाळांचे समाधान झाले नाही. त्यांनी श्रीमंत उभे होते, तिकडे वळून पुन्हा प्रश्न केला,

'विजय कोणाचा?'

श्रीमंतांनी वर पाहिले व छाती घट्ट धरून ते ओक्साबोक्शी रडू लागले. त्यांचा विजय आता अग्निज्वाळांचा झाला होता!

∎

कवीचे लग्न

खिसेकापूप्रमाणे कवीही जन्मावाच लागतो, अशी इंग्रजीत म्हण आहे. ही म्हण खरी असल्यास आमच्या भाईंनी एका जन्मात दोनदा जन्माला येण्याची कर्तबगारी करून दाखविली होती, असे निर्विवाद म्हणता येईल. याचा अर्थ, त्यांचे हात दिवसा खिसे कापण्यात व रात्री काव्ये लिहिण्यात गुंतलेले असत, असा मात्र नाही! त्यांना काव्याची स्फूर्ती झाली, की मंथरेला झपाटणाऱ्या कलीप्रमाणे त्यांच्या अंतर्यामी दडून बसलेली खिसेकापूपणाची प्रवृत्ती एकदम उचल खाई व वेदापासून शुद्धिसंघटनेच्या पदापर्यंत सर्व काव्ये ते चाळू लागत. 'बालादपि सुभाषितं ग्राह्यम्' या न्यायाने केवढेही लहान काव्य असले, तरी त्यातून एखादा चरण, किमान पक्षी एखादा शब्द घ्यावयाला ते कधीही कमी करीत नसत. खिसेकापू जिवंत मनुष्याच्याच चोऱ्या करतो पण आमच्या भाईंची स्फूर्ती दोन हजार वर्षांपूर्वी मेलेल्या माणसाला देखील सहजासहजी लुबाडीत असे. रामायण रचणारा खुनी वाल्या कोळी, दही-दूध चोरून खाणारा कृष्ण गवळी, वगैरे पुरातन कवींपासून अर्वाचीन तेलीतांबोळ्यापर्यंत सर्वांच्या काव्यांवर भाई हल्ला चढवीत व बहुधा लूट घेऊन परत येत असत. प्रत्येक कवी हा चोर असलाच पाहिजे, अशी जवळ जवळ त्यांची ठाम समजूत झाल्यामुळे कविसंमेलने तुरुंगात भरवावीत, असेही त्यांना मधून-मधून वाटे.

पण कवी व तुरुंग यांचा भाईंनी आपल्या मनाने कितीही निकट संबंध तोडला असला, तरी ते स्वत: कवी असूनही अद्याप चतुर्भुज झाले नव्हते. ऋतुमानाप्रमाणे हवा, फळे, भाज्या, माणसाचे कपडे, फार काय काव्यदेखील बदलते, असे त्यांचे अलीकडेच

मत होत चालले होते. त्यांच्या काव्यलेखनाला प्रारंभ गणपती व सरस्वती यांच्या वंदनापासून झाला होता. लग्नदिवशीच बायकोच्या हाताबरोबर जो काव्यसंग्रह आपल्या हातांत पडावा, अशी त्यांची इच्छा होती, त्यातील पहिली कविता 'श्रीगणेशाय नम:' हीच होती. या कवितेत गणपतीला त्यांनी महाकवी म्हटले असून त्याच्या काव्यस्फूर्तीचे कारण त्याच्या अष्ट नायिकाच होत, असे रसाळपणाने वर्णन केले आहे. गणपतीच्या सोंडेसंबंधाची त्यांची कल्पना तर वत्सलरसपरिपूर्ण होती. भगवान महादेवाच्या अंगावर हजारो सर्प असतात, हे प्रत्येक हिंदूला माहीत आहेच. एकदा महादेवांनी मोठ्या प्रेमाने आपल्या धाकट्या मुलाचा म्हणजे गणपतीचा मुका घेतला. महादेवाचे हे प्रेम पाहून त्यांच्या अंगावरल्या एका सर्पराजालाही ही स्फूर्ती झाली. तो जो गणपतीच्या तोंडाला जाऊन चिकटला, तो तिथेच राहिला, (या कल्पनेवरूनच सुचलेले 'गुळाचा गणपती' या नावाचे महाकाव्य भाई लिहिणार होते आणि गुळाच्या अडत्यांनी त्या काव्यात घालण्याकरिता आपल्या जाहिराती देखील पाठविल्या होत्या!) अशा रितीने गणपतीची सोंड म्हणजे त्याच्या तोंडाला चिकटलेला सर्पच आहे, असे भाईंना वाटले. भाई फारसे नव्या मताचे नसल्यामुळे त्यांनी सरस्वतीवर गणपतीनंतरच कविता लिहिली. नवरा उंदरावर असताना आपण मोरावर बसून नाचणे बायकांच्या जातीला शोभत नाही, असा उपदेशही त्यांनी सदरहू कवितेत सरस्वतीला केला आहे. बरोबरच आहे! कवी हा नि:स्पृह असावयाचाच! तो असल्या देवदेवतांना भीक थोडीच घालणार आहे. (भीक घातली नाही तरी मागावयाला तो मुळीच कचरत नाही. भाईंनीही याच कवितेच्या शेवटी 'तुझा कंठमणी होण्याचे भाग्य नसले, तरी तुझ्या पायांतील नुपूर तरी कर, तुझ्या पायधुळीत लोटून मला कविमल्ल होऊ दे' वगैरे अर्जदाराला शोभणाऱ्या विनंत्या केल्या होत्याच!)

अशा रितीने सर्व देवांची भाई क्रमवारीने हजेरी घेत राहिले असते, तर त्यांच्या तेहेतीस कोटी कविता होईपर्यंत तरी इतर विषय सुरक्षित राहिले असते पण या कलियुगात ते घडून यावे कसे? भाईंचा देवांवरील विश्वास लवकरच उडाला व ते पूजेकरिता फुले धुंडाळणाऱ्या ब्राह्मणाप्रमाणे कधी कमळ, चाफा, गुलाब वगैरे फुलांकडे, तर कधी लाकडे गोळा करायला जाणाऱ्या लोकांप्रमाणे रानांकडे धाव घेऊ लागले. पण त्यांचे हे वनवासाचे वेडही फार दिवस टिकले नाही. भाई एकदम देशभक्त बनले व विलायती कपड्यांच्या गाद्यांवर लोळत लोळत खादीवर काव्ये करू लागले. जानेवारीत निघून फेब्रुवारीत बंद पडणाऱ्या मासिकांत ही काव्ये छापून आल्यामुळे तर भाईंचा आनंद गगनात मावेनासा झाला. छापून आलेली एक कविता पाहिली, की त्यांना मूठभर मांस चढे. बदाम-पिस्ते, सांजा-पुरी अगर कांदा-गूळ यांनी जे काम साधले नव्हते, ते एका कवितेने फत्ते केलेले पाहून भाईंच्या मातु:श्रीही

आनंदित होऊ लागल्या. दर कवितेला मूठ-मूठभर मांस चढले, तर पाच-पन्नास कविता छापून होताच सुदामदेवासारखे दिसणारे भाई भीमदेवासारखे दिसू लागतील, असे त्या प्रेमळ मातेला वाटू लागले. पण कुठल्याशा कवीने म्हटले आहे ना, की सुखामागून दु:ख हे यावयाचेच. क्षुधाशांतिगृहातील चमचमीत उपाहारानंतर येणाऱ्या दणदणीत बिलाप्रमाणे. भाईंच्या काव्यव्यायामातही एक विघ्न म्हणजे भाईंनी काव्यविषयाकरिता 'खादी' वरून जी उडी मारली, ती एकदम 'प्रीती' वरच पडली, हे होय!

प्रीती, प्रेम– केवळ दोन शब्द! पण हा दोन अक्षरी शब्द अक्षरशत्रूंना देखील मित्र करतो. मग भाईंसारख्या मराठी, इंग्रजी वगैरे भाषांतील अक्षरे येत असलेल्या मनुष्याची कथा काय? भाईंना गडकऱ्यांच्या कवितेखेरीज एकही पुस्तक वाचवेना; तोंडातून 'सजणे, राजसा' यांशिवाय शब्द निघेनात. कावीळ झालेल्या मनुष्याला सर्व जग पिवळे दिसते, त्याप्रमाणे त्यांना सर्व जग गुलाबी दिसू लागले. या आकस्मिक आलेल्या प्रेमरोगाने त्यांच्या अंगावर आलेले सर्व मांस हिवाळ्यातल्या पानांप्रमाणे झडून गेले. भाईंच्या काव्यस्फूर्तीने 'श्रीगणेशाय नम:' सोडून 'हृदयदेवते'ची पूजा करायला प्रारंभ केला.

भाईंनी रात्रभर जागावे व 'आडव्या रेघेस' उद्देशून एखादे काव्य तयार करावे, असा कार्यक्रम सुरू झाला. ह्या अनामिक काव्यात बहुधा 'तू मला फुले दिलीस. मागून येऊन माझे डोळे झाकलेस', इत्यादी गोष्टींचेच वर्णन असे. भाईंच्या जानी दोस्तांना ही काव्ये वाचून, भाई बहुतेक आपले पूर्वजन्मातील आत्मचरित्र लिहीत असावेत, असा संशय येऊ लागला. पण या काव्यशून्य लोकांना भाई 'ऋषीणां पुनराद्यानां वाचमर्थोनुधावति' या कोटीतील होते, हे कुठे माहीत होते? शेवटी भाईंची हृदयदेवता त्यांच्या घराबाहेरच कुठे तरी असली पाहिजे व आकाशातील ग्रहांप्रमाणे तिचे भाईवर परिणाम होत असले पाहिजेत, असे वाटून भाईंच्या मातु:श्रींच्या सल्ल्याप्रमाणे त्यांच्या स्नेह्यांनी वधूसंशोधनाला सुरुवात केली. भाईंचे निराकार व निर्गुण प्रेम साकार व सगुण होऊ लागले. आजपर्यंत आपलेच फोटो पाहत बसणारे भाई आता मुलींचे फोटो उत्सुकतेने पाहू लागले. भाईंसारख्या व्यापक दृष्टीच्या कवींना संतांप्रमाणे आपपरभाव वाटणेच शक्य नसते. भाईंची खोली म्हणजे एक पदार्थसंग्रहालयच होऊ लागले. कारण भाईंना आपली भावी वधू काव्याच्या कसोटीला उतरते की नाही, हे पाहावयाचे होते. कमळे, गुलाब वगैरे फुले भाईंच्या खोलीची वाट चालू लागलेली पाहून आईंना आनंदच झाला. त्यांना वाटले, की मुलगा आता कवितेचे वेड सोडून देवाची पूजा करावयाला लागणार!

फुलानंतर शंखाची उचलबांगडी झाली. भाईचे उपास्यदैवत शंकर होणार, असे आईना वाटले! फोटोतील मुलीचा गळा काव्यकोडातल्या कलमानुरूप आहे की नाही हे त्यांना कुठून कळणार? पण भाई पुढे भोंगे पकडावयाला लागलेला पाहून मात्र आईचा जीव खाली-वर होऊ लागला. पण चतुर्भुज होण्याकरताच भाई ही भोंग्यांची तुकडी तयार करीत होते, हे शिवलीलेतला अकरावा अध्याय ऐकण्यापलीकडे जिच्या काव्याची गती गेली नव्हती, त्या म्हातारीला कुठून समजणार? वधूच्या रूपाकरिता हे भिन्नभिन्न स्वरूपांतले कसोटीचे दगड जसजसे खोलीत जमा होऊ लागले, तसतसे त्याचे स्नेही मात्र त्यांच्या खोलीत पाऊल टाकावयाला भिऊ लागले. कटी व गती यांच्या परीक्षेसाठी भाई सिंह व हत्तीही बाळगावयाला कमी करणार नाहीत, अशीही कुजबुज त्यांच्या स्नेह्यांत सुरू झाली. आपल्या काव्यकसोटीने आपल्या स्नेह्यांची किती दाणादाण उडवून दिली आहे, याची कल्पनाच बापड्या भाईला नव्हती. (भाईचा एकवचनी उल्लेख होऊ लागलेला पाहून वाचकांना आश्चर्य वाटेल. पण तो भाईच्या 'न बहुवचनाला जागा काही' या प्रेमाच्या ब्रीदाला धरूनच आहे!) परीक्षक प्रश्नपत्रिकेचा कागद डाव्या हातात घेऊन उजव्या हाताने विद्यार्थ्यांच्या उत्तराचे कागद जसे तपासत जातो, त्याप्रमाणे डाव्या हातात भृंगकमळ-शंखापैकी एखादी वस्तू व उजव्या हातात नवा परीक्षणार्थ आलेला फोटो घेऊन भाई भराभर वधूपरीक्षा करीत असे. अर्थात या काव्यपरीक्षेत एकही मुलगी उत्तीर्ण होऊ शकली नाही, हे निराळे सांगायला नकोच.

भाई अशाच रितीने फोटो पाहत बसला, तर उभ्या जन्मात त्याचे लग्न होणे शक्य नाही, हे सर्वांना कळून चुकले. त्याच्या या वेडामुळे त्याच्या आईच्या खालोखाल जर कुणाला दुःख झाले असेल, तर ते त्यांचे स्नेही भय्यासाहेब यांनाच होय. या दुःखाचे कारण भय्यासाहेबांची एक अविवाहित भाची होती, एवढेच होते असे मात्र मानण्याचे कारण नाही. भाईच्या खोलीतील फोटोंच्या सैन्यात या भाचीचा फोटोही सामील झाला होता. पण नाकाची चाफेकळी एक दशांश इंच अधिक विकसली आहे. नेत्रांच्या वर्तुळांचा परीघ अर्ध्या मिलिमीटरने कमी आहे, इत्यादी कारणांसाठी तो नामंजूर करण्यात आला होता. भाईच्या कठीण कसोटीला एकही मुलगी उतरत नाही, असे पाहून भय्यासाहेब भाईला म्हणाले,

"भाई, समुद्रात बुडून तू कोरडाच राहणार का रे?"

कवी तत्काळ उत्तरले,

"एखादी सुसर काठावर घेऊन येण्यापेक्षा कोरडे राहिलेले पुरवले. मी समुद्रात रत्नाकरिता बुडतो आहे."

"पण 'रत्नं रत्नेन संगच्छते' हे एका काव्यातले वाक्य मात्र तू विसरतोस."

"ते कसे काय, बाबा?"

"तुला जशी आवडनावड आहे, तशी मुलींनाही नाही का? तुला मात्र रत्न पाहिजे आणि त्या मुलीला मात्र... मी कशाला पुढे बोलू बाबा?"

"म्हणजे मुलीही माझ्यासारख्याच काव्यप्रिय असतात का रे?"

"काव्यप्रिय? अरे, पुरुषांचे सगळे काव्यज्ञान उसने असते पण बायका या जन्मत:च कवी असतात. निमिषार्धात त्या असे दृश्यकाव्य निर्माण करतात, की पाहणारा मोहून जाऊन पुतळ्याप्रमाणे निश्चल होतो."

"मग मला एखादी मुलगी पसंत पडली, तरी तिला मी पसंत पडलोच पाहिजे, म्हणतोस?"

"अलबत! रती मदनाला सोडून काळभैरवाशी थोडेच लग्न लावणार आहे! हा घे आरसा नि पाहा त्यात आपला चेहरा."

भूत पाहून एखादा मनुष्य घाबरला नसता, इतका भाई स्वत:चा आरशातला चेहरा पाहून घाबरला. ब्रह्मदेवाने काव्यशास्त्राचा खून करून जे तुकडे मिळाले, त्यांनीच आपला चेहरा तयार केला असावा, असे त्याला वाटू लागले.

भाईची तिरपीट उडालेली पाहून त्याच्या दोस्तांचा जीव खाली पडला.

"काय भाई, आहे का तुझा चेहरा सिंहासारखा? अरे, दाढीमिशा राखल्या असल्यास, तर आयाळ तरी दिसली असती तोंडावर! बायका पराक्रमावर भाळतात पण त्याही बाजूने तू दिवाळखोरच दिसतोस. तुझ्या कमरेला तरवार लटकण्याऐवजी काव्ये करता करता तिचा काटाच ढिला झाल्यासारखा दिसतो."

"मग आता कसं करायचं रे भय्या?" खुर्चीवरल्या न्यायाधीशाला एकदम आरोपीच्या पिंजऱ्यात टाकले तर तो जो केविलवाणा स्वर काढील, त्यालाही लाजवीत भाई म्हणाले.

"जावे त्याच्या वंशा तेव्हा कळे! बाबा, मुलींच्या फोटोंना नाक मुरडणं सोपं आहे पण आता गळ्यात माळ पडणार कुठून? तुला तर कालिदास, शूद्रक, कोल्हटकर, गडकरी यांच्या सर्व नायिका शिजवून त्याचा एक अष्टमांश, नाही तर एक षोडशांश केलेला असा काढा पाहिजे. त्या काढ्याला तशाच निकाढ्याची जरूर असणारच. शकुंतलेची इच्छा बाळगायला आपण दुष्यंत असावं लागतं आधी, बरं!"

"तुझं हे उपदेशामृत सावकाश पिता येईल. पण झालेली चूक निस्तरायची कशी हे सांगशील की नाही? रूप काही गौरीपुढे ठेवायच्या सामानाप्रमाणे उसनं मागून आणता येत नाही."

"त्याला उपाय एकच आहे. मुलीनं आपल्या रूपाची चिकित्सा करू नये, अशी इच्छा असल्यास आपणही तिच्या रूपपरीक्षेच्या भानगडीत पडू नये. जगाला

आंधळं करायचं असेल, तर आपण स्वत:च आधी आंधळं झालं पाहिजे.''

''प्रेम आंधळं असतं, असं कवी म्हणतात. तेव्हा प्रेम करण्याचाच जिथे प्रश्न आहे, तिथे मी आंधळा होईन. जिच्याशी लग्न करावयाचे, त्या मुलीत काही तरी काव्य असलं पाहिजे, बुवा! नाही तर जन्मभर आपल्याच बायकोचा टीकाकार होऊन बसावे लागायचे!''

''काव्यसरिता- काव्यवल्लरी- काव्यचंद्रिका असली मुलगी काढली आहे मी शोधून, मग तर झालं? पितृकुलाकडून ती एकनाथाची व मातृकुलाकडून मोरोपंताची वंशज होते.''

''मग काय बहार होईल?'' एकनाथ व मोरोपंत यांच्यातील पोटजातीचे भिन्नत्व लक्षात न आल्यामुळे भाई आनंदून ओरडले. भय्यांनी एकनाथांच्या ऐवजी तुकाराम घातला असता, तरी देखील त्यांना काही शंका आली नसती.

''शिवाय ती गडकऱ्यांची मुलगी न् केशवसुताची दूरची नात होते.'' हे नाते ऐकताच भाई जरा चपापले. पण भय्यांनी गडकऱ्यांची मुलगी म्हणजे मानसकन्या, असा अर्थ करून जिच्यावरून गडकऱ्यांनी चिमुकली कविता लिहिली ती मुलगी हीच, असा सविस्तर खुलासा जोडला.

''आणखी कोणत्या कवीशी तिचं नातं आहे का रे?'' भाईंनी उत्सुकतेने विचारले.

''तिला स्वत:लाच काव्याची जबरदस्त आवड आहे. आपल्या लहान भावाला खेळवताना मोटार अगर शिटी असल्या रूक्ष गोष्टी ती दाखवीत नाही. 'चांदोबा! चांदोबा! भागलास का?' हे गाणंच ती म्हणते.''

''चंद्राचं गाणं म्हणते ना? बस्स! ठरलं. लग्न करायचं तर ते या मुलाशीच, जिच्या तोंडात नेहमी चंद्र, तिचं तोंड चंद्रासारखं असणारच! नसलं, तर निदान होणार तरी खास.''

''शिवाय ती कविकन्याही आहे.'' भय्यांनी जड झालेल्या पारड्यात आणखी वजन टाकले.

''भय्या, कसेही करून हे जुळवून टाका, बुवा. सध्या चातुर्मास वगैरे जर काही असेल, तर व्यंकोबाच्या गिरीवर जाऊ... पण नको रे बुवा त्या गिरीवर! काय रूक्ष न् कठोर नाव! व्यंकोबाची गिरी म्हणे! त्यापेक्षा धवलगिरीवर गेलेलं पुरवलं.''

भय्यांची भाची कविकन्या तुंगा (तुंगाचे माहेरचे आडगाव 'कवि' होते, हे येथे सांगणे अवश्य आहे!) सुलोचना होऊन भाईंची सहचारिणी झाली. लग्नाच्या वेळी अंतरपाट दूर होताच तिने लाजून भाईंकडे जेव्हा पाहिले, तेव्हा तिचे डोळे कमळासारखे आहेत की नाहीत, हे पाहण्याचे भानच भाईंना राहिले नाही. त्या

ओझरत्या कटाक्षाबरोबर अदृश्य वीज भाईंना आपल्याकडे येत आहे, असे वाटले व तिने आगीऐवजी त्यांच्या हृदयावर अमृताची वृष्टी केली. पाणिग्रहण, लाजाहोम वगैरे सर्व विधींमध्ये तिच्या हाताचा स्पर्श होताच काव्यातील सर्व किसलयांपेक्षा तो अधिक कोमल आहे, असे भाईंच्या अनुभवाला आले. नक्षत्रदर्शनाच्या वेळी ते आकाशाकडे दृष्टी फेकावयालाही तयार नव्हते. जवळ चालते बोलते नक्षत्र असताना आकाशाकडे दीनवाणेपणाने पाहणे म्हणजे कुबेराने शंकराकडे संपत्ती मागण्याकरिता जाणे आहे, असाही विचार त्यांच्या मनात आला. पत्नीच्या झाकल्या मुठीत सुपारी आहे, हे माहीत असतानाही मूठ उघडल्यावर ती सव्वा लाखाची असल्याइतका आनंद भाईंना झाला.

जीवनात किती काव्य भरलेले असते, हे सुलोचनेच्या सहवासात भाईंना कळून येऊ लागले. शब्दांपेक्षा कंकणध्वनीत असलेले नादमाधुर्य, काव्यकथेपेक्षा केशकलापात दिसून येणारी मोहक रचना, स्वभावरेखनापेक्षा कुंकुमतिलकाच्या रेखनात दिसून येणारे नाजूक कौशल्य त्यांना अधिक आवडू लागले. आजपर्यंत सुलोचनेवाचून आपण जगात दिवस कंठले तरी कसे, याचे त्यांचे त्यांनाच आश्चर्य वाटे. या प्रेमनिर्भर मन:स्थितीत ते एकदा पत्नीला म्हणाले,

"सुलोचने, तुझ्यासारखे सौंदर्य स्वर्गात देखील सापडणार नाही.''

सुलोचना हसत हसत म्हणाली,

"मी न् सुंदर? माझ्या नाकाची चाफेकळी एक दशांश इंच अधिक विकसली आहे न् तोंड...''

भाईंनी सुलोचनेचे तोंड बंद केले.

त्याच दिवशी संध्याकाळी गावातील मोफत वाचनालयाला हजाराहून अधिक काव्यांची पुस्तके भाईंकडून देण्यात आली. मोफत वाचनालयाने लगेच भाईंचे अभिनंदन करण्याकरिता भय्यासाहेबांच्या अध्यक्षतेखाली सभा भरविली.

अध्यक्ष प्रास्ताविक भाषणात म्हणाले,

"इतक्या काव्यग्रंथांचा सहवास एकदम अंतरल्यामुळे भाईंच्या जीवनातील काव्य कमी होईल की काय, अशी आम्हाला भीती वाटते!''

भाई एकदम उद्गारले,

"घरात जिवंत काव्य आल्यामुळे नकली काव्याची अडगळ मी काढून टाकली; यापेक्षा अधिक असं मी काहीच केलं नाही.''

दीपस्तंभ

''**स**मुद्र आणि माणसांचे मन-दोन्ही सारखीच!''

मी चमकून मागे पाहिले. केबिनमधला उतारू हसत हसत माझ्याकडे पाहत होता.

तसे पाहिले, तर माझ्यासारख्या माणसाला- समुद्रातच ज्याचे घर, त्याला- समुद्राकडे पाहण्यात एवढी कसली मौज वाटावी? पण त्या दिवशीचा समुद्रही नेहमीपेक्षा काही निराळाच दिसत होता. कप्तानाचे काम करताना मी समुद्राची सर्व रम्य व भीषण रूपे पाहिली होती पण त्या दिवशीचे त्याचे स्वरूप इतके सौम्य, वत्सल व आनंददायक होते, की सर्व कामे सोडून त्याच्याकडे पाहण्यातच मी गुंग होऊन गेलो. अवखळ तान्हे मूल पाळण्यात झोपी गेले म्हणजे त्याच्या शांत, निश्चल मूर्तीकडे माता ज्या दृष्टीने पाहत असेल, तिची त्या वेळी मला आठवण झाली. बोट तर मुळीच हालत नव्हती. वातावरणातून शांतपणे पोहणाऱ्या एखाद्या पक्ष्याप्रमाणे ती डुलत डुलत पुढे जात होती आणि माझे मनही मंद मंद झोके घेत तिच्याबरोबर डुलत होते. तसेच पाहिले, तर रत्नागिरी बंदर येईपर्यंत मला तरी काय काम होते?

त्या उतारूच्या विचित्र उद्गाराला मी मंद स्मितानेच उत्तर दिले.

मला नमस्कार करीत तो म्हणाला,

''कसं काय, कप्तानसाहेब? समुद्र आणि माणसाचं मन ही दोन्ही सारखीच नाहीत का?''

कोटीवर प्रतिकोटी करण्यात मी काही मोठा तरबेज नाही. पण काही तरी बोलावयाचे म्हणून मी म्हणालो,

"दोन्ही सारखीच कशी होतील? समुद्राचा अंत काढता येतो पण माणसाच्या मनाचा अंत कधी कोणाला लागला आहे का?"

निरभ्र आकाश एकदम भरून यावे, त्याप्रमाणे त्याचा चेहरा माझे हे शब्द ऐकताच काळवंडला. पण चटकन उसने हास्य तोंडावर आणीत तो म्हणाला,

"माणसाच्या मनाचाही अंत लागतो पण तो ज्याचा त्यालाच."

पुढे मी काहीच बोललो नाही. थोडा वेळ दोघंही समुद्राच्या लाटांवर नाचणाऱ्या सूर्यकिरणांकडे पाहत उभे होतो.

मघाच्या विचित्र संवादाने आलेला खिन्नपणा दूर करण्याकरिता मी त्या गृहस्थाला म्हणालो,

"समुद्राचे केवढे उपकार आहेत आपल्यावर! पाहा, कुठे हिंदुस्थान आणि कुठे अमेरिका. पण समुद्रानं कसं जोडून टाकलं आहे दोघांना!"

"हिंदुस्थान आणि अमेरिकाच कशाला? इहलोक आणि परलोक हे सुद्धा समुद्राने जोडले आहेत." आपल्या बोलण्याचा अर्थ कदाचित माझ्या लक्षात येणार नाही म्हणून तो हसत हसत म्हणाला, "समुद्र हे इहलोक आणि परलोक यांच्यामधले दार आहे, असं नाही का तुम्हाला वाटत? मी असा या कठड्यावर रेलून उभा आहे. समजा, चुकून माझा पाय घसरला... दुसऱ्या क्षणी माझं पाऊल परलोकात पडेल... का, मी म्हणतो ते खरं आहे की नाही?"

त्या मनुष्याचे हे विलक्षण उद्गार ऐकून माझे मन अस्वस्थ होऊन गेले. अंधारकोठडीत कोंडलेल्या कैद्याचे डोके फिरून तो जसे वेडेवाकडे बोलू लागतो, त्याप्रमाणे कसल्या तरी विलक्षण दु:खाच्या कोंडमाऱ्याने हा मनुष्य असे असंबद्ध बरळत सुटला आहे, अशी कल्पना माझ्या मनात येऊन गेली.

मी त्याला नखशिखांत न्याहाळून पाहिले.

चांगला श्रीमंत मनुष्य दिसला तो! केबिनने प्रवास करणारा भिकारी थोडाच असणार आहे म्हणा! या मनुष्याच्या अंत:करणात कोणते शल्य सलत असावे, या विचारात गुंग होऊन मी त्याला काहीच उत्तर दिले नाही. माझं मन मात्र 'समुद्र आणि माणसाचं मन-दोन्ही सारखीच.' या त्याच्या वाक्याभोवती एकसारखे भ्रमत होते.

मी काहीच बोलत नाही, असे पाहून तो म्हणाला.

"कप्तानसाहेब, या साध्या थट्टेने भिऊन गेला की काय तुम्ही? तसं म्हटलं, तर तुम्हाला मृत्यूशी नेहमीच तोंडओळख ठेवावी लागते."

मी उत्तरलो,

"तोंडओळख असली, तरी तुमच्याप्रमाणे त्याच्या गळ्यात गळा घालून फिरण्याइतके धैर्य नाही आपल्याला."

आपली तीव्र दृष्टी माझ्यावर रोखून तो म्हणाला,

"मला तरी तितकं धैर्य आहे, असं का तुम्हाला वाटतं? अहो, डोंगराप्रमाणे मृत्यू देखील दुरूनच बरा दिसतो."

त्याचे हे वाक्य ऐकताच हा गृहस्थ एखादा कवीबिवी तर नाही ना, अशी मला शंका आली. पण तिचे त्याच्या पुढल्याच उद्‌गारांनी निरसन केले.

तो म्हणाला,

"कप्तानसाहेब, समुद्र हे इहलोक आणि परलोक यांच्यामधले दार आहे, असे मी मघाशी म्हटले ना! केवळ धंद्यामुळे मला कल्पना सुचली ती! आम्हा इंजिनीअर लोकांना काय हो? समुद्र असो नाही तर हवा असो; घरंदारं, रस्ते, पूल यांच्याखेरीज दुसरं काय सुचायचंय आम्हाला? पुष्कळ वेळा आम्हाला असं वाटतं, की पृथ्वीपासून आकाशापर्यंत एक उत्तम जिना बांधता येईल, तर काय बहार होईल! एखाद्या बंगल्याच्या गच्चीवर जाऊन आपण मजेने बोलत बसतो ना, त्याप्रमाणे आकाशात जाऊन जर बोलत बसता येईल..."

त्याला काय उत्तर द्यायचे, हेच मला सुचेना. मी समुद्राकडे पाहू लागलो, पण मघाची ती रम्य सृष्टी आता कुठल्या कुठे नाहीशी झाली होती. मघाशी झोपलेल्या बालकाप्रमाणे भासणारा समुद्र आता निष्प्राण बालकासारखा दिसू लागला होता.

रत्नागिरी केव्हाच मागे पडली होती. आजची हवा, इतकी सौम्य होती- जणू काही सज्जनाचा स्वभावच! अर्थात मला स्वत:ला थोडी झोप घ्यायला काहीच हरकत नव्हती. आरामखुर्चीत अंग टाकून मी डोळे मिटले आणि निद्रादेवीची आराधना करू लागलो. समुद्राच्या लाटांचा मंद ध्वनी कानांवर आदळत होता व वायूची शीतल लहर मधून अंगावरून जात होती. ते मधुर संगीत बोल नि तो सुखकारक स्पर्श त्यांच्या मोहिनीने मी किती वेळ निद्रावश झालो, कुणाला ठाऊक! स्वप्नामध्ये समुद्राच्या तळाशी जाऊन तिथली सुंदर रत्ने मी बाहेर घेऊन येत आहे, असे दिसायला आणि त्याच वेळी 'अपघात! अपघात!' असा आरडाओरडा माझ्या कानांवर पडायला एकच गाठ पडली. मी दचकून डोळे उघडले आणि पाहतो तो खलाश्यांची धावपळ सुरू झाली आहे. बाहेर येताच तो केबिनमधला मनुष्य समुद्रात पडल्याची बातमी मला कळली. बोट लगेच थांबवली. होड्या समुद्रात सोडल्या. मी व खलाशी निरनिराळ्या होड्यांत बसून आजूबाजूला पाहू लागलो, पण काय? त्या बुडालेल्या मनुष्याचा भास सुद्धा कोठे झाला नाही. आकाशात चमकून पुन: त्यात नाहीशी होणारी वीज जशी शोधून काढता येत नाही, त्याप्रमाणे त्या मनुष्याला शोधून काढणे आम्हाला सर्वथैव अशक्यच होते.

शून्य दृष्टीने हे शून्य संशोधन संपवून आम्ही बोटीवर आलो. बोट पुन्हा चालू

झाली. पण तो गृहस्थ, त्याचे दुपारचे ते चमत्कारिक उद्‌गार आणि अपघाताने आलेले मरण या सर्व गोष्टी पुन: पुन्हा माझ्या डोळ्यांपुढे उभ्या राहत होत्या. केव्हा तरी त्याच्या सामानाची विल्हेवाट लावलीच पाहिजे, हे लक्षात घेऊन मी त्याच्या खोलीत प्रवेश केला. सर्व सामान जिथल्या तिथे होते. निजण्यामुळे किंचित विस्कटलेल्या त्याच्या बिछान्यावरील पलंगपोस तसाच पडला होता. पायाशी पडलेली चादर जणू काय आपला मालक परत येईल, म्हणून वाट बघत बसली होती. तो बिछाना पाहताच नकळत माझ्या डोळ्यांत अश्रू उभे राहिले. मानवी जीवनाची क्षणभंगुरता अशा विचित्र रितीने क्वचितच दृग्गोचर होत असेल. बिछान्याकडे पाहता पाहता माझी दृष्टी उशीवर ठेवलेल्या एका मोठ्या पाकिटाकडे गेली. पाकीट बंद केलेले नव्हते. आत काय आहे, हे पाहण्याकरता मी उत्सुकतेने ते उघडले; आत एक पत्र मात्र होते. ते वाचण्याचा मला अधिकार आहे की नाही, हा विचार सुद्धा त्या वेळी माझ्या मनाला शिवला नाही. मी ते विलक्षण उत्कंठतेने वाचू लागलो.

'उद्याची वर्तमानपत्रे 'अपघाताने बुडून मृत्यू' म्हणून मोठ्या मथळ्यात माझ्या मृत्यूची बातमी छापतील; परंतु माझे मरण अपघाताचे नसून स्वाभाविक रितीने आलेले आहे. स्वाभाविक म्हणजे स्वभावापासून उत्पन्न झालेले. माझ्या हातून घडलेल्या भयंकर पापाचे प्रायश्चित्त घेण्याकरिता मी समुद्रात उडी टाकून जीव देत आहे.

जगातले शहाणेसुरते लोक म्हणतील, की आत्महत्या हे मोठे पाप आहे. पण मी करतो आहे, ती आत्महत्या कुठे आहे? ज्याला आत्मा असेल, त्याने आत्महत्येची भीती बाळगायची. माझ्या पत्नीबरोबर माझा आत्मा या जगातून नाहीसा झाला. दुसरे कित्येक लोक म्हणतील, की आत्महत्या करायची होती तर समुद्रात उडी कशाला टाकायला पाहिजे होती? एखादे चांगले ॲसिड - पण नाही, मला नुसते मरायचे नाही. मला माझ्या पापाचे पुरेपूर प्रायश्चित्त घ्यायचे आहे. ते घेण्याचा मार्ग समुद्र हाच!

समुद्र! समुद्रावर आजपर्यंत पुष्कळांनी काव्ये केली असतील. मी सुद्धा कॉलेजच्या पहिल्या वर्गात असताना 'समुद्र आणि प्रिया' या नावाची एक कविता लिहिली होती. ती आता मला स्मरत नाही आणि समुद्रातले काव्यही मला आता दिसत नाही. माझ्या दृष्टीने समुद्र हा अत्यंत दुष्ट मनुष्याचा साथीदार मात्र होऊ शकतो. पुष्कळांना हे कदाचित खरेही वाटणार नाही पण जे खरे वाटते, ते तरी खरे कुठे असते?

पापाची कबुली दिल्याशिवाय प्रायश्चित्ताचा परिणाम होत नाही, म्हणतात. हे

खरे असो वा खोटे असो. मला माझ्या पापाचा पाढा वाचलाच पाहिजे. जगातल्या एखाद्या पुरुषाला माझ्या या कर्मकथेचा उपयोग झाला, तरी सुद्धा माझी आत्महत्या सफल झाली, असे मी समजेन.

माझ्या पत्नीवर माझे प्रेम नव्हते, असे म्हणण्याची ब्रह्मदेवाचीसुद्धा छाती नाही. प्रेम होते म्हणूनच-

आमचे लग्न होऊन, नाही म्हटले तरी सहा वर्षे होऊन गेली होती. लग्नानंतर सहादा वसंतऋतू आला आणि गेला, पण माझ्या पत्नीच्या आशालतेवर अपत्यलाभाचे फूल एकदाही फुलले नाही, पावसाळाही सहा वेळा आला आणि गेला पण आकाशात चमकणाऱ्या विजेप्रमाणे घरात रांगणारे अपत्य पाहण्याची तिची इच्छा सफल झाली नाही.

मूल नाही, म्हणून मला केव्हा तरी वाईट वाटे. पण ते केव्हा तरीच! माझे दुःख पायाला बोचणाऱ्या सराट्यासारखे; उलट तिचे दुःख पायात रुतून बसलेल्या काचेच्या तुकड्याप्रमाणे. तिचे दुःख मला कळत नव्हते असे नाही पण एवढे मात्र खरे, की त्याची तीव्रता मला कधीच जाणवली नाही. एखाद्या मोठ्या नदीवर बांधलेल्या उंच पुलाला ज्याप्रमाणे पाणी क्वचितच स्पर्श करू शकते, त्याप्रमाणे अपत्यहीनतेचे दुःख माझ्या मनातल्या मनाला अगदी विरळाच जाचत असे. माझ्या पत्नीची स्थिती मात्र अगदी उलट होती. नदीच्या काठावर असलेले सुंदर देवालय दरवर्षी नदीला पूर आला म्हणजे जसे बुडून जाते, त्याप्रमाणे शेजारीपाजारी एखाद्या बाईला डोहाळजेवण झाले अगर एखादे बारसे झाले, की तिच्या दुःखाला नकळत चालना मिळे.

अशा स्थितीत कोकणातला एक मोठा पूल बांधण्याच्या कामावर माझी योजना झाली. हे पुलाचे काम यशस्वी रितीने पार पडले, की मला मोठी बढती मिळणार, ही गोष्ट अगदी निश्चित होती. त्या आनंदाच्या भरात मी माझ्या पत्नीचे अस्तित्व जवळजवळ विसरूनही गेलो. माझ्याबरोबर मी तिला कोकणात आणली होती पण सकाळपासून संध्याकाळपर्यंत मी बहुधा घराबाहेरच असे. एखादे वेळी मधेच घरी आलो, तर ती आपल्या देवपूजेत व सोवळ्याओवळ्यात निमग्न होऊन गेलेली दिसे.

माझा देवावर जवळजवळ विश्वास नव्हताच म्हटले तरी चालेल. तिला वाईट वाटू नये, म्हणून मी घरामध्ये देवांचे बंड सुरू ठेविले होते, इतकेच. कोकणात येऊन एक-दोन महिने झाल्यानंतर आमच्या देव्हाऱ्यातल्या देवांची संख्या फुगत चालली आहे, असे सहज माझ्या लक्षात आले. मी तिला थट्टेने म्हणालो,

"हल्ली काय देवीबिवी बाळंत जाहल्या वाटतं?"

तिने काहीच उत्तर दिले नाही, असे पाहून मी पुढे म्हणालो,

"कोकणात दगडांना काही तोटा नाही. अगदी मोजून तेहेतीस कोटी देव तयार

करता येतील.''

तरीही ती काही बोलली नाही. काही करून तिला बोलायला लावायचेच, असा निश्चय करून मी म्हटले,

''एवढे शक्तिमान देव आहेत तुझ्या हातांत. आमचा पूल तरी करून दे एका दिवसात. तो लंगडा बाळकृष्ण चांगला उपयोगी पडेल पुलाच्या कामाला.''

ती चिडून काहीतरी उत्तर देईल, अशी माझी अपेक्षा होती. पण तिच्या ओठांतून शब्द बाहेर पडण्याऐवजी डोळ्यांतून अश्रू मात्र बाहेर आले. गुदगुल्या करता करता त्याचे रूपांतर नकळत चिमट्यात व्हावे, तसे माझे त्या दिवशीचे बोलणे झाले. त्या दिवशी कामाच्या गर्दीतही रात्री या बोलण्याबद्दल तिची क्षमा मागायची, असे मी मनाशी ठरविले. पण त्या दिवशी रात्री मी दमून इतक्या उशिरा घरी परत आलो, की जेवल्यानंतर मी अंथरुणावर लवंडलो, तो तिथल्या तिथेच मला झोप लागली.

त्या झोपेतही माझ्या मनाला कसली तरी रुखरुख लागून राहिली होती. बाहेरून धडधाकट दिसणारी तुळई आतून पोखरलेली असावी, त्याप्रमाणे माझ्या गाढ झोपेतही विलक्षण अस्वस्थपणा होता. त्या अस्वस्थपणानेच मी एकदम जागा झालो. घड्याळात पाहिले, तो नुकतेच बारा वाजून गेले होते. अपरात्री पत्नीला उठवून तिची क्षमा मागितली, तर ही सारीच गोष्ट तिला पोरकटपणाची वाटेल, असा विचार माझ्या मनात येऊन गेला पण वारा सुटला, म्हणजे पवनचक्की जशी नकळत फिरू लागते, त्याप्रमाणे माझ्या मानसिक अस्वास्थ्याने माझी इच्छा अधिकच तीव्र झाली. तिला उठविण्याकरिता म्हणून मी तिच्या अंथरुणाकडे गेलो, तो ते रिकामे! कुठे तरी बाहेर गेली असेल, म्हणून वाट पाहत मी माझ्या अंथरुणावर बसलो.

पाच मिनिटे झाली, दहा मिनिटे झाली, पण तिचा कुठे पत्ता नाही. मी खोलीबाहेर येऊन पाहिले. कुठेच तिची जाग नाही. स्वयंपाकघरात निजलेल्या स्वयंपाकीणबाईला उठवावे अगर ओटीवरल्या गड्याला हाक मारून त्याच्याकडे चौकशी करावी, असा विचार मनात येतो न येतो, तोच मी तो धुडकावून लावला. नकळत काही तरी विचित्र कल्पना माझ्या मनात चमकून गेली. मागच्या दारी जाऊन पाहिले, त्याला कडी नव्हती. मध्यरात्रीच्या वेळेला पिशाचे इकडे तिकडे भटकत असतात म्हणे. त्यांपैकी एक पिशाच त्या वेळी माझ्या अंगात संचारले असावे. काही असो, कसलीच चौकशी न करता मी माझ्या बिछान्यावर येऊन पडलो.

दुसरे दिवशी रात्री मी झोपेचे सोंग आणण्याचा प्रयत्न करीत अंथरुणावर पडलो होतो खरा! पण पैशाप्रमाणे झोपेचेही सोंग आणता येत नाही, हेच खरे. माझी तळमळ पाहून ती म्हणाली,

"काय होतेय आपल्याला?"

"काही व्हावं, इतकं कुठं आहे माझं भाग्य?" मी तिरसटपणाने उद्गारलो.

"असं काय वेडंविद्रं बोलायचं ते?" ती माझ्या कपाळावर हात ठेवीत म्हणाली,

"कपाळ तरी किती तापलं आहे आज!"

अंत:करणावर निखारे ठेवले, म्हणजे कपाळ तापायचंच! असं काही तरी बोलण्याची इच्छा मला उत्पन्न झाली पण ती मोठ्या प्रयासाने दाबून मी स्वस्थ पडून राहिलो.

ती हसत हसत म्हणाली,

"घरात मूल नसलं की असं होतं; मूल म्हणजे आईची ढाल!"

"ही ढाल घेऊन लढाई करायची कुणाबरोबर! नवऱ्याबरोबरच ना?" मी कुत्सित स्वराने विचारले.

ती बिचारी काय उत्तर देणार? डोळे पुशीत ती म्हणाली,

"काही चूक झाली आहे का माझ्याकडून?"

"खंडीभर देवांची पूजा करणारी माणसं चुकतील? छे, असं कधीच होणार नाही." मी तिरस्काराने उद्गार काढले.

मोठ्या कष्टाने झोपेच्या सोंगाची बतावणी मी बेमालूम केली. बरोबर बारा वाजले असतील. ती पाऊल न वाजविता माझ्या अंथरुणापाशी आली आणि मी जागा आहे की काय, याचा कानोसा घेऊन हळूच खोलीबाहेर गेली. माझी झोप गाढ आहे आणि उभ्या रात्री मी एकदा सुद्धा जागा होत नाही, हे तिला सहा वर्षांच्या अनुभवावरून ठाऊक होते. या अनुभवाचा भलताच फायदा घ्यायला तिने सुरुवात केली, अशी माझ्या मनाची खात्री होऊन चुकली. अपरात्री ही बाहेर जाते कुठे, याचेच मला कोडे पडले.

थोड्या वेळाने उठून मी बाहेर आलो. पुढच्या दाराला आतून कडी होती. ती खास मागच्या दाराने बाहेर गेली असली पाहिजे. मी तिने लोटलेले मागचे दार हळूच उघडून बाहेर आलो. तारकांच्या मंद प्रकाशात कोणी तरी रस्त्याने जात आहे, एवढेच दिसत होते. अत्यंत क्षुब्ध मन:स्थितीत मीही त्याच वाटेने जाऊ लागलो. मला तिच्या धाडसाचे अत्यंत आश्चर्य वाटत होते.

'पापाला डोळे नसतात, हेच खरे!' मी मनाशी म्हटले. नाही तर सृष्टीला ज्या वेळी स्मशानकळा येते, त्या वेळी दिवासुद्धा न घेता अंधारातून बाहेर जाण्याचे धैर्य तिच्यासारख्या पांढरपेशा स्त्रीच्या अंगी यावं कुठून? मधूनच ऐकू येणारी कोल्हेकुई, या कोल्हेकुईमुळे होणारा कुत्र्यांचा कलकलाट, रातकिड्यांची भेसूर किरकिर, एक म्हटल्या, एक गोष्ट देखील आनंदाचा आभास सुद्धा उत्पन्न करण्याला समर्थ नव्हती! आणि असावी तरी कुठून! प्रेतक्रियेशी संलग्न असणाऱ्या सर्वच गोष्टी अशुभ

व अमंगल असतात. माझ्या घरातला विश्वास, श्रद्धा आणि प्रेम यांची ही जी प्रेतयात्रा निघाली होती, तिला शोभण्यासारखेच साहित्य सृष्टीने यावेळी तयार केले होते.

चालता चालता ती एका देवळापाशी येऊन थांबली. त्या देवळाच्या शेजारीच एक भिक्षुक राहत असे. कोकणात आल्यापासून घरी पूजेला तोच येई. त्याची माझी विशेष ओळख झाली नसली, तरी तो राहतो कुठे, हे माझ्या बायकोच्या बोलण्यावरून मला पूर्वीच कळून चुकले होते. असल्या भिकारड्या भिक्षुकाच्या घरी माझ्यासारख्याच्या बायकोने अपरात्री यावे, यापेक्षा अधिक दु:खदायक गोष्ट दुसरी कोणती असणार? माझ्या डोक्यात आगीचा डोंब उसळला. वाटले, की धावत जाऊन समुद्रात उडी घेतली, तरच ही आग विझेल. ऑथेल्लोने जिवलग बायकोचा खून का केला, याची यावेळी मला पूर्ण कल्पना आली. पण ती त्या भिक्षुकाच्या घरात जाऊन दिसेनाशी झाल्याबरोबर चरफडत घरी येण्याखेरीज मी दुसरे काहीच करू शकलो नाही.

दुसरे दिवशी दुपारी मी सुन्न मनाने आरामखुर्चीत पडलो होतो. तिने जवळ येऊन विचारले,

"कालच्यासारखंच आजही कपाळ ऊन आहे का?"

मी काहीच बोललो नाही. तिने आपला उजवा हात कपाळावर ठेवला. तिच्या हातात नेहमीची अंगठी नाही, हे केवळ स्पर्शाने मला कळले. मी तिच्या हाताकडे निरखून पाहत विचारले,

"अंगठी कुठं आहे हातातली?"

"अंगठी...?' ती चपापून म्हणाली. पायाखाली जणू काही एखादे जिवाणू सापडावे, अशी तिची त्रेधा उडाली. तिला काहीच बोलता येईना. मी तिला म्हटले,

"हरवली वाटतं अंगठी? अंगठी हरवली, की काय दु:खे भोगावी लागतात, हे आहे ना ठाऊक? शाकुंतल नाटक पाहायला तू नि मीच गेलो होतो मुंबईला!"

दवबिंदूंनी भरून गेलेल्या कमलपत्राप्रमाणे तिचे डोळे दिसू लागले. पण मी स्वत:शी विचार केला- रडणे हे बायकांचे शस्त्र आहे! तिने जर आपले शस्त्र उपसले आहे, तर आपणही आपले शस्त्र का चालवू नये? स्वर शक्य तितका मोठा करून मी तिला विचारले,

"अंगठी कुठं हरवली, हे आठवतसुद्धा नाही? एवढा मोठा समुद्र गावाजवळ आहे, त्यात पडली असेल ती!"

ती डोळे पुशीत आत निघून गेली. मीही कामावर गेलो.

दुसरे दिवशी महोदय का कसलेसे पर्व होते म्हणे. कामावरची माणसे रजा मागायला लागली, तेव्हा मला पत्ता लागला त्याचा. रात्री घरी परत आलो, तो तिनेही पर्वाची बातमी माझ्या कानांवर घातली.

"जोडप्यानं उद्या समुद्रावर जायचं ना?" तिने भीत भीत विचारले.

"कशाला?"

"पर्वादिवशी जोडप्याने स्नान केले की पुण्य लागते म्हणे मोठे."

"आणि पाप कशाने लागते?" मी एकदम तिच्यावर नजर रोखून विचारले.

बंदुकीचा आवाज ऐकताच पाखरू ज्याप्रमाणे घाबरून भुर्रकन उडून जाते, त्याप्रमाणे ती माझ्या समोरून तत्काळ निघून गेली. पण काय असेल ते असो, दुसरे दिवशीच्या स्नानाची कल्पना काही केल्या तिच्या डोक्यातून गेली नाही.

रात्री तर तिने मला गळच घातली. मी परोपरीने तिची थट्टा केली. पण ती लाडकेपणाने स्नानाचा हट्ट धरून बसली.

दुसरे दिवशी सकाळी तिच्याबरोबर मी स्नानाला गेलो. वाळवंटात जणू काही माणसांचा दुसरा समुद्रच पसरला होता. त्या अफाट समुद्रात ती एका विशिष्ट दिशेने चाललेली पाहून मला आश्चर्य वाटले. चालता चालता संकल्प सांगणारे भटजी बसले होते, त्या जागी आम्ही आलो. आमच्या घरी पूजेला येणारा भट होताच तिथं! संकल्प घेण्याकरिता मी त्याच्यापुढे बसलो व त्याच वेळी त्याच्या उजव्या हाताकडे माझी नजर गेली. तिच्या हातातली अंगठी! अंगठी कुठे हरवली, हे तिला आठवत नव्हते पण ती अचूक या भटाच्या हातात यावी कशी? माझे डोके गरगर फिरू लागले. समोर पसरलेला समुद्र गर्जना करून जणू काही माझ्या बायकोचे वाईट वर्तन जगाला जाहीर करीत आहे, असा मला भास झाला. मी तिच्याकडे जळणाऱ्या डोळ्यांनी पाहिले. पण ती आपल्या पूजेच्या साहित्यातच निमग्न होती.

पाण्यात पाऊल टाकता टाकता ती म्हणाली,

"मला किनई, फार भीती वाटते समुद्राची."

"आणखी नाही का कशाची वाटत?" मी शुष्क स्वराने विचारले, "माझी?"

"इश्य! इकडली कसली भीती वाटणार?"

"मी आणि समुद्र सारखेच नाही का?"

"पुण्य देण्याच्या दृष्टीने सारखेच. पण समुद्र माणसांना बुडवितो, इकडे काही..."

कोणत्या कुमुहूर्तावर ती हे शब्द बोलली!

पुढे ती काहीच बोलली नाही. पण तिच्या थरारणाऱ्या हातावरून ती पाण्याला किती भीत आहे, याची मला कल्पना आली. माझ्या हाताचा आधार घेऊन पुढे पाऊल टाकीत ती म्हणाली,

"पुरे नाही इथंच?"

मी हसून उत्तरलो,

"इथंच? इथं तर गुडघाभर देखील पाणी नाही. अशा भित्र्या आईला उद्या मूल

झालं, तर तेही भित्रच व्हायचं.''

काय कारण असेल, ते असो! काहीच न बोलता ती माझा हात धरून पुढे येऊ लागली. आजूबाजूची तांब्या घेऊन समुद्रस्नानाचे पुण्य संपादणारी पुष्कळ मंडळी आमच्याकडे टकमक पाहू लागली. घाटावरल्या बाईला कदाचित पोहता येत असेल, असा त्यांचा समज झाला असावा. गर्दीपासून दूर अशा जागी मी आणि ती जाऊन उभी राहिलो. कुविचाराप्रमाणे एकामागून एक आणि एकाहून एक मोठ्या अशा लाटा येऊ लागल्या. नाकातोंडांत पाणी जाऊन ती अगदी घाबरून गेली.

''परत जाऊ या आपण...'' तिने कापत कापत उद्गार काढला. पण त्या वेळी संशयपिशाचाचा अंमल माझ्या मनावर पूर्णपणे बसला होता. तिचे अपरात्रीचे घराबाहेर जाणे, विशेषत: त्या भिक्षुकाच्या घरी जाणे, त्या भटाच्या हातात आताच मी पाहिलेली ती अंगठी, या सर्वांचा अर्थ माझ्या दृष्टीने एकच होता. तो सारा अनर्थ, बेअब्रू, अपमान, दु:ख एका क्षणात मला नाहीसे करता येण्यासारखे होते. मी समोर पसरलेल्या समुद्राकडे पाहिले. समुद्रस्नानाने पुण्य लागते, या गोष्टीचा उलगडा त्या वेळी मला झाला. जगातले एक पाप कमी करणे म्हणजे पुण्य संपादन करण्यासारखे नाही का? संशय आंधळा असतो. इतकेच नव्हे, तर त्याच्या हातात भयंकर कोलीत असते, त्या कोलिताने कोणत्या वस्तूला केव्हा आग लागेल, याचा नियमच नाही. माझीही स्थिती तशीच झाली. वावटळीत गिरक्या खात जाणाऱ्या पानाप्रमाणे त्या संशयी विचारांच्या प्रवाहात मी वाहून गेलो! आणि... माझी पत्नी... अरे देवा!

जगात आजपर्यंत लाखो लोकांनी अमानुष खून केले असतील पण माझ्यासारखा क्रूर खुनी मनुष्य जगात आजपर्यंत झाला असेल की नाही, याची शंकाच आहे. त्या दिवशी माझे सांत्वन करण्यासाठी किती तरी लोक माझ्या घरी येऊन गेले.

''समुद्राचं पाणी असंच फसवं...'' एखाद्यानं म्हणावे.

दुसऱ्याने उद्गार काढावे,

''आयुष्याची दोरी तुटली, तिथं कुणाचा काय इलाज चालणार?''

तिसऱ्याने हळहळत म्हणावे,

''किती धार्मिक होत्या वहिनीबाई. या गावात अनाथ- अपंगाला कधीच विमुख पाठविलं नाही त्यांनी.''

त्यांचे हे उद्गार ऐकून मनातल्या मनात हसू येत होते. समुद्र फसवा की मी फसवा? तिच्या आयुष्याची दोरी तुटली की मी तोडली? अन् तिचा धार्मिकपणा- परक्या गावातल्या भटांच्या गळ्यात पडणारी बाई धार्मिक!

ती दिवस मी उन्मादातच घालविला.

पण दिवसाबरोबर माझा उन्माद हळूहळू मावळू लागला. रात्रीच्या शांत वातावरणात माझे क्षुब्ध मनही शांत झाले. 'मी आज काय केले?' हा एकच विचार

राहून राहून माझ्या डोळ्यांपुढे उभा राहू लागला. बाहेर पसरलेल्या अंधाराकडे शून्य दृष्टीने पाहता पाहता माझ्या डोळ्यांपुढे दोन चित्रे उभी राहिली. पहिले सहा वर्षांपूर्वीचे आणि दुसरे आजचे. सहा वर्षांपूर्वीच तिचा हात हातात घेऊन मी लाजाहोमाला प्रदक्षिणा घातल्या होत्या आणि आज तोच हात हातात घेऊन मृत्यूच्या दारातून मी तिला पलीकडे ढकलून दिले होते. लग्नाच्या वेळी अंतरपाटाआड उभी असलेली तिची मूर्ती पाहण्याकरिता मी किती उत्सुक झालो होतो. आज तिला कायमची डोळ्यांआड करताना मी मागे-पुढे पाहिले सुद्धा नाही.

ही विरोधी चित्रे पाहण्याची शक्ती माझ्या मनाला राहिली नाही. मी अंथरुणावर जाऊन पडलो. परंतु खोलीतील प्रत्येक वस्तू नकळत तिचीच आठवण करून देऊ लागली. काल रात्री तिने केसांत माळलेली अबोलीची फुले अजूनही टवटवीत दिसत होती पण तिचे जीवनपुष्प मात्र... मी त्याचा चोळामोळा करून टाकला होता.

त्या रात्री माझ्या डोळ्याला डोळादेखील लागला नाही. मी केले, हे सर्वस्वी बरोबर नसले तरी अगदीच चूक होते, असेही मला वाटेना. पण बुद्धी आणि हृदय यांच्या द्वंद्वयुद्धात शेवटी दुर्बल हृदयाचाच जय होतो. कीर्ती आणि बढती यांचा लाभ करून देणारे ते पुलाचे अवाढव्य काम अर्धवट सोडून मी रजा घेतली आणि मुंबईला निघून आलो.

मुंबईला दहा लाख माणसे आहेत पण मला काय उपयोग होता त्यांचा? वेड्यासारखा मी मुंबईभर भटकलो. नाटके पाहिली, गाणी ऐकली, पण मनाची तळमळ काही केल्या दूर होईना. मधून मधून असे सुद्धा वाटे, की बायकोचा खून करणारा नवरा म्हणून आपण कोर्टापुढे जाऊन उभे राहावे! पण माझ्या शब्दावर विश्वास कोण ठेवणार होता? माझी पत्नी अपघाताने बुडून मेली, अशीच साऱ्या जगाची समजूत. ही समजूत बदलायची कशी?

मला मुंबईला येऊन पाच-सहा महिने झाले असतील, नसतील.

एके दिवशी मी मलबार हिलवर, खाली पसरलेल्या मुंबईकडे शून्य दृष्टीने पाहत बसलो होतो.

"काय, रावसाहेब? आहे का गरिबाची आठवण?" या प्रश्नाने मी वळून पाहिले, तो कोकणात आमच्या घरी पूजेला येणारा भिक्षुक माझ्या पुढे उभा!

काहीच उत्तर न देता कपाळाला आठी घालून मी त्याच्याकडे पाहू लागलो. पण त्याचे माझ्या चेहऱ्याकडे लक्षच नसावे. तो सांगू लागला,

"यजमानांच्या इथं लग्न आहे इथल्या एका, म्हणून आलो मी मुंबईला. काय, रावसाहेब, दुसरं लग्न केलं की नाही? काय देवानं केलं! लाखांत नाही बाई

सापडणार अशी! देवच कोपला तुमच्यावर. काय करणार त्याला? मूल व्हावं, म्हणून किती तळमळत असत वहिनीबाई! अर्चा काय आणि अनुष्ठानं काय? काही म्हटल्या, काही कमी केले नाही त्यांनी. अहो, भर मध्यरात्री कुणालाही न कळू देता पिंपळ पुजायचं घोर अनुष्ठान. पण ते सुद्धा करायला त्यांनी माघार घेतली नाही. द्याय-घ्यायलाही हात मोठा सढळ... अनुष्ठानाला सोनं लागलं आयत्या वेळी. चटकन हातातली अंगठी काढून दिली त्यांनी मला. अशी पुण्यवान माणसं या कलियुगात..''

हे बोलणे ऐकण्याकरिता मी पुढे उभा सुद्धा राहिलो नाही. पुरुषजातीचा अरेरावी स्वभाव, त्यात पत्नीच्या वर्तनाविषयी संशय. आगीत तेल पडून भडका उडाला आणि त्यात माझी प्रियपत्नी दग्ध होऊन गेली. एक मूल व्हावे, म्हणून तिने भलभलती अनुष्ठाने केली. त्यांचा शेवट पतीकडून तिची हत्या होण्यात झाला. मनुष्यस्वभाव तरी काय विचित्र! तिच्यावर पाच-सहा वर्षे मी प्रेम केले पण माझ्या मनात उत्पन्न झालेल्या संशयाचा खुलासा मात्र मी तिला कधीच विचारला नाही.

समुद्र! माणसाचं- निदान पुरुषाचं मन समुद्रासारखं असतं, हेच खरं! समुद्र आपल्या पृष्ठभागावर नौकांना विहार करू देतो. पण त्या नौकांची दिशा थोडी चुकली, तर तोच समुद्र अंतरंगात लपलेल्या खडकांनी त्यांचा चक्काचूर करून टाकतो. किती तरी बायकांच्या करुण कथा मला आता आठवत आहेत. पत्नीला निराळे मन असते, हेच पतीला कळत नाही. कळावे तरी कसे? नौकेत भरलेल्या जडजवाहिरांची किंमत खडकाला कधी कळते का? खडक! माझ्या अंत:करणातल्या त्या खडकावर दीपस्तंभ बांधण्यावाचून माझ्या मनाला शांती मिळणार नाही. ज्या द्वाराने मी तिला मृत्यूच्या प्रवेशात ढकलली, त्याच द्वाराने मी तिथे पाऊल टाकणार आहे. माझी आत्महत्या हाच तो दीपस्तंभ!'

''बत्ती! बत्ती!'' हे खलाश्यांचे शब्द माझ्या कानांवर पडले.

मी बाहेर येऊन किनाऱ्याकडे पाहिले. बोटींच्या सुरक्षितपणासाठी खडकावर बांधलेली बत्ती अंधारात लकलक चमकत होती.

'समुद्र आणि माणसाचं मन-दोन्ही सारखीच!' त्या बत्तीकडे पाहता पाहता माझ्या मनात विचार आला.

न कळत माझ्या डोळ्यांतून अश्रू गळू लागले. समुद्राच्या पाण्यात पडलेली ही जलांजली त्या अभागी पतिपत्नींना मिळाली असेल का?

■

कोकिळा

ज्याच्या ज्याच्या कानांवर तो स्वर पडे, त्याचे पाऊल जागच्या जागी थांबे. जणू काही त्या मधुर स्वरजलात ते अडकून पडे.

कुहू!... कुहू!

कुहू!... कुहू!

कुहू!... कुहू!

कुहू!... कुहू!

एखाद्या लताकुंजात उमललेल्या फुलांचा उन्मादक सुगंध दूरवर पसरावा पण ते फूल मात्र कोणालाच दिसू नये, तशी त्या मधुर स्वराची स्वामिनी कुठेच दिसत नव्हती.

ज्याच्या ज्याच्या कानांवर हे मधुर संगीत पडे, त्याचे त्याचे हृदय कुठल्या तरी सुंदर स्मृतीशी खेळता खेळता आकाशात उंच उंच उडे.

कुहू!... कुहू!

कुहू!... कुहू!

पोळ्यातून ठिबकणारे मधुबिन्दू-

मीलनाकरिता अधीर झालेल्या रमणीच्या मनातल्या गाण्याच्या ध्रुपदाचे शब्द-

पदराआड लपून स्तनपान करणाऱ्या बालकाचा मधुर हुंकार-

कुंजवनात कृष्णाची मूक आळवणी करणाऱ्या राधिकेच्या नेत्रांतील नृत्याचा नाद- तो मधुर स्वर ऐकणाऱ्यांच्या मनांत कल्पनांचा नुसता पाऊस पडत होता.

आम्रवृक्षाच्या पर्णभारात लपून बसलेली कोकिळा या दिग्विजयाने धुंद होऊन पंचमात गाऊ लागली.

कुहू ... कुह...

कुहू ... कुहू... कुहू...

आंब्याच्या मोहराकडे पाहून कोकिळेला वाटले,

'आपले गाणे ऐकूनच या वृक्षाच्या अंगावर आनंदाचे रोमांच उभे राहिले आहेत.'

फुललेल्या बागेकडे पाहून तिच्या मनात आले,

'आपले गाणे ऐकूनच वसंताची कळी उमलली आहे.'

रमणीय उष:काल पाहून ती स्वत:शी उद्गारली,

'माझ्या गाण्याने उल्हासित झाल्यामुळेच उषा इतकी सुंदर दिसत आहे.'

चांदण्या रात्री हातात हात घालून फिरणाऱ्या आणि चवऱ्यांप्रमाणे हालणाऱ्या वृक्षांच्या सावल्यांत एकमेकांचे चुंबन घेणाऱ्या जोडप्यांकडे पाहून कोकिळा म्हणे, 'माझ्या गाण्यानेच त्यांच्या हृदयांत प्रीतीचे कारंजे नाचू लागले आहे.'

मोहरलेला आम्रवृक्ष, बहरलेला वसंत, उषेची दीप्ती आणि वल्लभ- वल्लभांची प्रीती- हे सारे सौंदर्य आपल्या गोड गळ्याने निर्माण केले आहे, या अभिमानाने कोकिळा अंध होऊन गेली.

ती आम्रवृक्षाला म्हणाली,

'मी वठलेल्या झाडावर बसले, तर तो सुद्धा मोहरून जाईल!'

ती वसंताला म्हणाली,

'मी वाळवंटात गाऊ लागले, तर तिथं सुद्धा नंदनवन निर्माण होईल!'

ती उषेला म्हणाली,

'मी संध्याकाळी नुसते कुहू... कुहू केले, तर मावळलेला सूर्य पुन्हा परत येईल!'

ती वल्लभ- वल्लभांना म्हणाली,

'मी जर दूर देशी गेले, तर तुमचे प्रेमही माझ्याबरोबर उडून जाईल.'

वर्षाकाळ आला.

आंब्याचा मोहर अदृश्य झाला.

आभाळातून मुसळधार पाऊस पडू लागला.

मेघांच्या पांघरुणातून उषा कधी तरी बाहेर डोकावून पाही पण ते क्षणभरच.

चांदणी रात्र विझून गेलेल्या यज्ञकुंडासारखी दिसू लागली.

कोकिळा पूर्वीप्रमाणे गाण्याचा प्रयत्न करू लागली पण तिच्या कंठातून सूरच बाहेर पडेनात.

हिवाळा आला.

सारी झाडे लक्तरे पांघरलेल्या भिकाऱ्याप्रमाणे दिसू लागली.

शेतकऱ्याने भात झोडपावे, त्याप्रमाणे अंगाला झोंबणारा वारा वृक्षवेलीचे पान नि पान झोडपून काढीत होता. त्या वाऱ्याला भिऊनच की काय, उषा अंथरुणातून लवकर बाहेरच पडेना.

एखाद्या चांदण्या रात्री चंद्राला खळे पडे, हे निराळेच. पण प्रत्येक रात्री आकाश अश्रू गाळू लागले. ते पाहायला कोणता वल्लभ आपल्या वल्लभेला घराबाहेर घेऊन येईल?

माडावर बसून कोकिळा गाण्याचा प्रयत्न करू लागली.

आपला कंठ सुकल्याचा तिला भास झाला.

अंगात होते-नव्हते, ते बळ एकवटून ती गाऊ लागली.

तिच्या कंठातून स्वर बाहेर पडले.

पण..

ते वसंतातले आम्रवृक्षावरले स्वर नव्हते, ते वसंतातल्या उष:कालाचे स्वर नव्हते, ते वसंतातल्या चांदण्या रात्रीचे स्वर नव्हते. त्या मधुर स्वरांची भुते होती ती!

तिला स्वत:लाच ते स्वर ऐकवेनात!

कोकिळा मुकी झाली. ती मनातल्या मनात वसंताला आळवू लागली,

'लवकर ये, माझ्या जिवाच्या राजा, लवकर ये.'

■

जहागीरदारांचा जावई

“भिकू, अरे भिकू, उठलास का रे?” खोलीबाहेरून शब्द ऐकू आले.

भिकाजीपंतांनी हू की चू देखील केले नाही. एक मोठा खटला आपल्याकडे आला आहे, आपण प्रतिपक्षाला चारी मुंडे चीत करण्याइतका पुरावा गोळा केला आहे, आपले कूळ गयावया करून पाचशे रुपये देत आहे, पण आपण ते फार कमी, म्हणून दूर लोटून देत आहो, असे स्वप्न त्यांना पडत होते. अर्धवट गुंगीत पहाटेची स्वप्ने खरी होतात, या मोहक नियमाची आठवण होऊन त्यांना आनंदाच्या गुदगुदल्याही होत होत्या. बिचाऱ्याला ठाऊकही नव्हते, की बाहेर पहाट नसून सकाळ होऊन गेली होती. निशेने आपली मुलगी उषा सूर्याला देताच त्याने जावईशाही गाजवून त्या दोघींनाही आकाशाच्या घरातून क्षणार्धात हाकलून दिले होते.

“भिकू, अरे भिकू, ऊठ की रे. सूर्य बघ किती वर आला आहे तो.”

खोलीबाहेरील आवाज आता दरवाजात आला, पण सूर्याकडे बघायला भिकाजीपंत कवी थोडेच होते. सूर्यापोटी शनैश्वर जन्माला आला असला तरी या बापलेकांच्या भांडणामध्ये आपला हात ओला होण्याचा मुळीच संभव नाही, हे कळण्याइतके ते वकील होते खास! अंथरुणाचा वहिवाटीचा हक्क आता सोडून दिला, तर तो पुन्हा मिळवायला सबंध दिवस खर्च करावा लागेल, असा दूरदर्शीपणाचा विचार करूनच की काय, त्यांनी आईच्या ‘उठा उठा हो, भिकू बाळ’ या भूपाळीला काहीच उत्तर दिले नाही. बिचारी आई काय करणार? मुलगा अगर नवरा राजासारखा वागू

लागला, की आई व बायको यांच्याकडे बंदिजनांचे काम सहजच येते.

“भिकू, चहा होईल आता...” आई खोलीत येत म्हणाली.

भिकाजीपंतांच्या झोपेवर चहास्त्र हेच ब्रह्मास्त्र होते. मोठमोठ्या सभेत टिळक अगर गांधी यांच्या नामोच्चाराचा जो फायदा होतो, तो भिकाजीपंतांच्या बाबतीत ‘चहा’ या दोन अक्षरी शब्दाने होत असे. ‘देवानं स्वर्गातली पहिल्या रांगेतली खुर्ची दिली, तरी चहाकरता इहलोकी येण्याचा हट्ट धरून बसणार हा भिक्या!’ असे त्याचे सहाध्यायी नेहमी म्हणत असत.

आईच्या ‘चहा’ शब्दाने झोपेचा अंमल थोडासा कमी झालेला दिसला. कारण घोरत पडलेला समाज, जागृती झाली हे दाखविण्याकरिता जशा सभा भरवू लागतो, त्याप्रमाणे त्यांनीही अंगाला आळेपिळे देऊन हातापायांचे संमेलन भरविण्याला सुरुवात केली. पण सभांप्रमाणे त्यांच्या या संमेलनाचे रूपांतर कृतीनं होण्याचा मुळीच संभव दिसेना. एका अर्थाने ते बरोबरच होते. आईने ‘चहा होईल आता’ असे म्हटले होते. या वाक्यातील भविष्यकाळ एका वर्षापूर्वी एल.एल.बी. झालेल्या भिकाजीपंतांना कळणे मुळीच कठीण नव्हते. आईचा चहा प्रसंगी इंग्रज सरकारच्या स्वराज्यासारखाच ठरायचा, अशी त्यांना भीती वाटली. ‘होईल’ या शब्दाऐवजी ‘झाला’ हा शब्द तिने वापरला असता, तर अयोध्येच्या राज्यावर पाणी सोडणाऱ्या हरिश्चंद्राच्या तडफेने भिकाजीपंतांनी पांघरूण दूर झुगारून दिले असते, बापासाठी जन्मभर अविवाहित राहणाऱ्या भीष्माचे स्मरण करून आईकरिता सर्व दिवसभर अनिद्रित राहण्याची प्रतिज्ञा त्यांनी केली असती, ‘का ते कान्ता, कस्ते पुत्रः’ हा शंकराचार्यांचा बोध मनात आणून ‘उशी कुणाची न् गादी कुणाची, मेल्यावर त्यांच्यापैकी कोणीही बरोबर येणार नाही’ असा पोक्त विचार त्यांनी केला असता. पण! त्यांची आई पडली जुन्या काळची अशिक्षित स्त्री. भूतकाळ व भविष्यकाळ यांत कालदृष्ट्या थोडे अंतर असले, तरी अर्थदृष्ट्या जमीन-अस्मानाचा फरक पडतो, याची तिला कल्पनाच आली नाही. घरातले पुरुष लवकर उठावेत, म्हणून तरी स्त्रीशिक्षण सर्रास झाले पाहिजे, असे भिकाजीपंतांच्या आईला वाटत नसले, तरी त्यांच्या निद्रेचा हा अनावरण-समारंभ पाहणाऱ्या प्रत्येक प्रेक्षकाला खास वाटले असते.

भिकाजीपंतांनी डोळे उघडले खरे पण डोळे उघडल्याबरोबर चहा दृष्टीला पडला नाही, म्हणूनच की काय, ते पुन्हा मिटून घेतले.

आईला भीती पडली. ती केविलवाण्या स्वराने म्हणाली,

“आज शनवार आहे ना रे? बापू, शांती नि सुशी तुझ्यासाठी खोळंबली आहेत. त्यांना उशीर नाही का होणार शाळेला जायला?”

मातृप्रेम व भगिनीप्रेम ही दोन्ही हातांना धरून भिकाजीपंतांना उठवू लागली.

कंबरेशी वरच्या भागाचा काटकोन करून आपण उठलो नाही, तर बापूला अंगठे धरून तासभर तोच प्रयोग शाळेत करावा लागेल, ही कल्पना मनात येताच 'उठलो हं, आई' असे शब्द त्याच्या तोंडातून बाहेर पडले. पण हुंडा न घेणे, अस्पृश्यांना बरोबरीच्या नात्याने वागविणे, सर्वांभूती परमेश्वर आहे असे मानणे, वगैरे गोष्टीप्रमाणेच अंथरुणावरून एकदम उठणे ही गोष्टही बोलायला सोपी पण करायला कठीण आहे, असे त्यांना आढळून आले. स्वयंपाकघरातून 'सात वाजून गेले गं आई' ही बापूची वाणीही भिकाजीपंतांच्या कानांवर येऊन पडली. आता काही झाले तरी उठायचेच, असा त्यांनी निश्चय केला. 'निश्चयाचे बळ, तुका म्हणे तोचि फळ' ही अभंगवाणी देखील त्यांना मनात आठवली. धावण्याला प्रारंभ करण्यापूर्वी हीव भरल्याप्रमाणे मोटारगाडी जशी उडू लागते, त्याप्रमाणे वकीलसाहेबांनी पीनल कोडाने पवित्र झालेले आपले हात व कोर्टाची पायरी झिजविणारे आपले पाय हालविण्याला सुरुवात केली.

इतक्यात शांती दारात धावत आली व म्हणाली,

"दादा, बाहेर किनई, तुमच्याकडे कोणसे आले आहेत."

'मी घरात नाही म्हणून त्यांना सांग!' हे उत्तर वकीलसाहेबांच्या जिभेवर आले होते पण 'खोटे कधी बोलू नये' या उपदेशापेक्षा शांतीच्या पुढील शब्दांमुळे ते जागच्या जागी राहिले.

"वकीलसाहेब आहेत का घरात, म्हणून त्यांनी विचारलं."

शांतीचे पुढील शब्द ऐकायला भिकाजीपंत अंथरुणात राहिले होते कुठे? अंगात भूतसंचार व्हावा, त्याप्रमाणे एकदम उठून आई व शांती यांच्यामधून ते खोलीबाहेर निघूनही गेले. 'आपल्या पोराला वेडबीड तर लागलं नाही ना' अशी शंका भिकोबांच्या या हनुमंतावताराने व त्या प्रेमळ मातेला आल्यावाचून राहिली नाही. पण धंद्याची ओढ ही अशीच असावयाची, असे मानून तिने आपल्या मनाचे समाधान करून घेतले.

अंघोळ करीत असताना गणितातील कूट प्रश्नाचे उत्तर सापडल्यामुळे आनंदाने गावभर धावत सुटलेल्या ग्रीक पंडिताप्रमाणे भिकाजीपंत धोतराच्या निऱ्या कशा तरी खोवलेल्या, कासोटा पोस्टाच्या पेटीच्या तोंडात अर्धवट अडकलेल्या पत्राप्रमाणे बाहेर डोकावून पाहत असलेला, सदऱ्याच्या गुंड्या लावल्या नसल्यामुळे त्याचे पारडे डाव्या बाजूला झुकलेले, तोंड धुतले नसल्यामुळे न विसळलेल्या चहाच्या बशीप्रमाणे दिसत असलेले, अशा थाटात दरवाजाकडे लगबगीने आले.

"वकीलसाहेब आहेत का घरात?" म्हणून विचारणारा प्राणी खास अशीलच असला पाहिजे, आजच्या पहाटेचे स्वप्न खरे ठरण्याचा रंग दिसत आहे, असे विचार करीत स्वारी दारापाशी आली. आजचे कूळ एखादा बडा जमीनदार असेल तर काय

बहार होईल, हे त्याचे मनोराज्य दारात उभ्या असलेल्या जॉन शिंप्याकडे पाहताच तोंडात टाकलेल्या गारेप्रमाणे एकदम वितळून गेले. जॉनच्या चेहऱ्याकडे पाहण्याचे देखील त्यांना धैर्य होईना.

"साब, आमचा पैसा?" जॉनने प्रश्न केला.

"देऊ या. लवकरच देऊ या."

"देऊ या काय, साब? आज पहिली तारीख. तुमच्यासारख्या वकिलांनी हात आखडून धरला, तर आमच्यासारख्या शिंप्याचे पोट कसं चालायचं, साब?"

माझ्या वकिलीच्या पाटीची किंमत तुझ्या शिवण्याच्या यंत्राइतकीदेखील नाही, तुझ्याप्रमाणे गळे कापून पैसे मिळविण्याचाच माझा धंदा असला, तरी मला त्यात अजून पैदेखील मिळत नाही, असे स्पष्टपणे जॉनला सांगण्याची भिकाजीपंतांना छातीच नव्हती.

ते म्हणाले,

"जॉन, तुम्ही शिंपी कुठं वेळेवर कपडे देता? त्यातलेच आमचे पैसे!"

आपल्या धंद्याची निंदा या जगात कुणाला आवडते? जॉन जरा रागानेच म्हणाला,

"साब, तुम्ही घालता सूट आणि आम्हाला येते तूट!"

"वा! बरंच बोलायला शिकला आहेस की रे तू. मुंबईला शिवणकामाबरोबर हेही शिकवितात वाटतं? वकील कसा छान झाला असतास."

"कशाला? शिंप्यांच्या पोटांना चिमटा घ्यायला?" जॉन फणकाऱ्याने म्हणाला. आंब्याची वाळलेली कोय चोखून रस मिळणे जितके शक्य, तितकाच वकीलसाहेबाकडून आज पैसे मिळण्याचा संभव, अशी त्याची खात्री झाली होती.

भिकाजीपंतांच्याकडे पाठ फिरवून तो जायला निघाला. जाता जाता "परवा सकाळी पैसे तयार ठेवा हं; नाही तर आम्हाला फिर्याद करायची पाळी येईल." असे बोलायला तो चुकला नाही.

खिन्न अंत:करणाने भिकोबा घरात परत आले. आपल्यावर जॉन जी फिर्याद करणार, तिचे वकीलपत्र आपल्याला मिळाले तर फार बरे होईल, अशी असंबद्ध कल्पना देखील त्यांच्या मनात चमकून गेली.

चूळ भरून स्वयंपाकघरात ते पाटावर बसले. बापू, शांती व सुशी चहा पिऊन शाळेला जायच्या तयारीत होती. मुलांची आगगाडी सुटायला आपल्यामुळे उशीर झाला, असे वाटून भिकोबा म्हणाले,

"उशीर होईल ना तुम्हाला? आमच्या वेळी, बुवा..."

बापू मध्येच म्हणाला,

"आज पहिली तारीख. फी पाहिजे आम्हाला."

भिकाजीपंतांनाच जर कुणी फी देत नव्हते, तर ते तरी मुलांना कुठून फी देणार? त्यांनी हळूच आईकडे पाहिले. बाह्यत: ती त्यांच्या पेल्यात चहा ओतीत होती पण तिचे सारे लक्ष वडील भाऊ व बापू यांच्या संवादात होते.

"सोमवारी फी देईन, म्हणून सांगा..." वकिलांनी भावंडांना सल्ला दिला. जत्रेत हिंडणाऱ्या भिकाऱ्याच्या मुलांप्रमाणे खिन्न व निराश चेहरे करून मुले मंद पावले टाकीत निघून गेली. चहाचे दोन घोट घेताच भिकोबा म्हणाले,

"चहात दूध अगदीच कमी दिसतंय गं आई!"

"पाण्याप्रमाणं दुधाच्या विहिरी असत्या, तर..." पुढे आईला बोलवेना. तिच्या डोळ्यांतून पाणी वाहू लागले.

त्या अश्रूंमुळे आधीच कडवट असणारा चहा भिकोबांना अधिकच कडू लागला. काही तरी बोलायचे, म्हणून ते म्हणाले,

"अशी धीर सोडू नकोस, आई. हेही दिवस निघून जातील."

आशावाद चांगला खरा, पण त्यालाही काही मर्यादा असतेच. घरचे उत्पन्न सारे शेशंभर रुपयाचे. भिकू इंग्रजी सहावीत असतानाच आकाशीच्या कुऱ्हाडीने सौभाग्यवृक्ष छिन्न करू टाकलेला. पण आशेच्या अंगी दहा हजार हत्तींचे बळ असते, असे म्हणतात, ते काही खोटे नाही. भिकू व त्याच्याहून लहान असलेली तीन मुले या सर्वांचे पालनपोषण गेली सात-आठ वर्षे या माउलीने हसत खेळत केले होते. भिकूच्या आयुष्याची माती होऊ नये, म्हणून अंगावरील सोन्याची गुंज नि गुंज विकून तिने त्याला एल.एल.बी. केले होते. बी.ए. झाल्यावर मास्तरांची नोकरी धरून त्याने प्रपंच चालवावा, असे फार फार तिच्या मनात होते. पण मास्तरकीच्या बैलगाडीपेक्षा वकिलीच्या विमानात बसूनच आयुष्याचा प्रवास करण्याचे भिकोबांनी ठरविल्यामुळे तिचाही नाइलाज झाला. शिवाय वकिली हा कल्पवृक्ष असतो, हे तिने गावातल्या गावातच पाहिले होते. लहानपणी उलटी अंबारी धरणारा मनुष्य वकिलीने हात दिला, म्हणजे मोठेपणी खऱ्या अंबारीतून बसून मिरवू लागतो. खरी चांदी सोडून जर्मन सिल्व्हरच्या नादाला लागणे शहाणपणाचे नव्हे, असे वाटून भिकोबा बी.ए. झाल्यानंतरही तिने जिवापाड कष्ट करून संसाराचा गाडा दोन वर्षे हाकला. या दोन वर्षांनंतर भिकोबाच्या घरात एक मोठेच स्थित्यंतर घडून आले. ते स्थित्यंतर म्हणजे त्यांच्या भिंतीवर झळकू लागलेली 'भिकाजी रावजी काजरेकर, बी.ए., एलएल.बी., वकील, सावंतवाडी' ही पाटी होय. लहानपणी पहिल्यांदा वडिलांनी नवी साडी घेतली, त्या वेळचा उल्हास या दोन्हींचे मिश्रण त्या पाटीकडे पाहताना भिकोबाच्या आईच्या अनुभवाला येत असे. संध्याकाळी ब्राह्मण-देवाला जाऊन परत येताना अंगणात उभी राहून क्षणभर ती या पाटीकडे पाही व नंतर

सोप्याच्या पायऱ्या चढे.

पण पाटीतली ही जादू, दिवसामागून दिवस जाऊ लागले, तशी ओसरू लागली. लाकडावर काढलेल्या चित्रातले डाळिंब खरे वाटून त्याच्यावर पोपट सारखी चोच मारू लागला, की त्याची चोचच दुखू लागते. भिकाजीपंतांच्या वकिलीचाही आईला असाच अनुभव येऊ लागला. कचेरीत जाताना त्यांचा कोट जेवढा हलका लागे, तेवढाच कचेरीतून आल्यावरही लागे. आडातच नाही, तर पोहऱ्यात कुठून येणार, हे लक्षात येऊन, आई मुलाच्या कोटाच्या मुक्या खिशांना कधीही दूषण देत नसे. पक्षकारांच्या दृष्टीने सकाळही अशीच वांझ जात असे. बुडीत खर्च करून भिकाजीपंतांनी एक टेबल विकत घेतले होते व त्याच्यावर अनेक 'कोडी' रचून ठेविली होती. त्यांच्याकडे एकाग्र दृष्टीने पाहूनही कुळे पैदा कशी करावयाची, हे कोडे त्यांना कधीच सुटत नसे. आपल्या दिवाणखान्यातल्या खुर्च्यांची स्थिती आजन्म कुमारिका राहावे लागणाऱ्या मुलीसारखी झालेली पाहून वकिलांना अगदी भडभडून येई. पण त्यांच्या त्या तीन-चार कन्यकांपैकी एकीलाही नवरा मिळण्याचा योग येईना. सकाळी दाराबाहेर थोडा गलबला ऐकू आला, की कुणी पक्षकारच आपल्याकडे येत आहे, असे वाटून भिकोबा टेबलावरील कागद इकडे तिकडे पसरून एखाद्या लठ्ठ पुस्तकात डोके खुपसून बसत असत. पण या नाटकापासून सहसा काहीच फलप्राप्ती होत नसे कारण ते पाहायलाच कुणी येत नसे. आपल्या वकिलीच्या दिवाणखान्यातील स्मशानतुल्य शांतता वकीलसाहेबांना असह्य होई. या स्मशानात आपण दिगंबर शंकराप्रमाणे जन्मभर बसणार की काय, अशी त्यांना भीती वाटू लागे. त्या दिगंबर शंकराभोवती नाचायला भुताचा मेळा तरी असतो तेवढे देखील आपल्याला भाग्य नाही. भुते जमवायला लागणारी शिते तरी आपल्यापाशी कोठे आहेत, हा विचार मनात आला की भिकोबाचे डोके अगदी सुन्न होऊन जात असे. लहानपणापासून अभ्यासाकरिता रक्ताचे पाणी केले पण या पाण्यातून लक्ष्मीचा जन्म होण्याचा संभव दिसेना. वकिलीच्या मृगजळामागे धापा टाकीत असेच जन्मभर धावत राहायचे व एक दिवस उरी फुटून मरायचे, एवढ्यासाठीच आपण जन्माला आलो आहो काय?

किराइताचा काढा घेत असल्याप्रमाणे चेहरा करीत भिकोबांनी चहापान संपविले. आई हळूच म्हणाली,

"गवळी पैसे मागत होता मघाशी. आज पहिली तारीख!''

या पहिल्या तारखेसारखा नष्ट दिवस साऱ्या जगात नसेल, असे भिकोबांना वाटले. या धोंड्या दिवसाचा उल्लेख मघाशी शिंप्याने केला; नंतर बापूने त्याचेच नाव घेतले; आता गवळीही त्याच्याकडे बोट दाखवीत आहे. सारे जग 'पहिली

तारीख की जय' म्हणत आहे. पण आपल्याला हा पहिल्या तारखेचा उपयोग काय? वठलेल्या झाडावर काही वसंताच्या आगमनाने पालवी फुटत नाही.

"असंच किती दिवस चालायचं रे भिकू?" दाटून आलेल्या गळ्याने आईने विचारले.

"जातील गं, हेही दिवस जातील."

"दिवस बाबा कुणाकरिता राहिले आहेत? दिवस घोड्यासारखे जात असतात."

त्या माउलीला पुढे बोलवेना पण या घोड्यावर बसून मिरवत जाण्याच्या ऐवजी आपण त्याच्या लाथा खात फरफटत जात आहो, याची जाणीव तिच्या मुद्रेवर स्पष्टपणे दिसत होती.

भिकोबांना आईचे समाधान कसे करावयाचे, ते कळेना. ते आधीच मुखदुर्बळ होते. त्यातून खिशात पैसे नसल्यामुळे त्यांना तोंड उघडण्याची जवळजवळ चोरीच झाली होती, असे म्हणावयाला हरकत नाही.

"बाळ, कशाला हवी आपल्याला वकिली न् फिकिली? एकीने गळाभर सरी घातली, म्हणून दुसरीनं दोरी आवळून घेणं बरं नाही."

"असं कसं म्हणतेस आई? अगं, चार दिवस सुनेचे चार दिवस सासूचे, असं चालायचंच जगात."

"सासूच्या जाचांतून जगली, तर सून पुढले दिवस पाहणार!"

भिकोबांना पुढे काय बोलावे, ते सुचेना.

आई म्हणाली,

"माठेवाड्यातला रामभाऊ तुझ्याबरोबरचा. मास्तर होऊन आज दोन वर्षे साठ रुपये मिळवितो की नाही?"

रामभाऊंचा उल्लेख आईने करताच भिकोबाचे मन आतल्या आत जळू लागले. मॅट्रिकच्या वर्गात या रामभाऊचे गणित आपण घरी तयार करून घेतले, म्हणून तो सुटला; नाही तर किती वर्षे कुचंबत पडला असता. परीक्षेच्या निकालात तिसऱ्या वर्गाच्या मेंढरांत स्वारीचे नाव नेहमी दिसायचे. त्याच रामभाऊने दरमहा साठ रुपये मिळवावे आणि आपण- भिकोबांना आपल्या मिळकतीची कल्पना करणेच कठीण वाटू लागले. शून्य दृष्टीने ते आढ्याकडे पाहू लागले.

"त्याच्यासारखा मास्तर झालास, तर नाही का सुख लागणार?"

वकिलाने मास्तर व्हायचे! छे छे छे! केवढा हा अधःपात! एक वेळ उपाशी सिंह गवत खाईल, भुकेलेला गरुड चिमणीप्रमाणे जमिनीवरील दाणे टिपून क्षुधा शांत करील, नारळाचे झाड पाण्याला स्पर्श करण्याकरता आपली मान वाकवील, पण आपल्यासारखा वकील मास्तर होणार नाही. पंचमहाभूतांना साक्षी ठेवून वकिलीचे पाणिग्रहण केल्यानंतर तिला सोडून देऊन मास्तरकीशी लग्न लावणे

कुणाही आर्याला शोभणार नाही, अशा आशयाचे भाषण आईपुढे करण्याचा विचार भिकोबांच्या मनात उद्‌भवला. पण दरिद्र्याच्या इतर मनोरथांप्रमाणे या विचाराचीही वासलात लागली. ते मोठ्या कष्टाने म्हणाले,

''अमृत मिळण्याकरता देवांना किती कष्ट करावे लागले, ही कथा तुला ठाऊक आहे ना?''

या पौराणिक दाखल्याने भरून येण्याइतकी आईच्या हृदयाची जखम साधी नव्हती.

ती म्हणाली,

''बाळ, आपलं घरचं उत्पन्न सारं शेशंभर रुपयांचं. तू तर महिना दहा-वीस रुपयेदेखील घरात आणीत नाहीस. द्रौपदीप्रमाणे एखादी थाळी जर आपल्याला मिळाली असती...''

भिकोबांना काय स्फूर्ती झाली, कुणाला ठाऊक! ते एकदम म्हणाले,

''मी घरात दहा-वीस रुपये देतो, म्हणून तेवढेच मला मिळतात, असं तुला वाटतं की काय? अगं, बाकीचे पैसे मी शिल्लक टाकतो आहे.''

आई डोळे फाडफाडून भिकोबांच्याकडे पाहू लागली.

''भिकू, तू माझ्यापासून असं काही चोरून ठेवशील...''

भिकोबा हसण्याचा आव आणून उत्तरले,

''चोरी अशी नाही गं, पण वकिलीच्या एका वर्षांत मी हजार रुपये तरी शिल्लक टाकले आहेत. बॅरिस्टरीला जावंसं वाटलं, तर हातात पैसा असलेला बरा.''

''तुझी बॅरिस्टरी लांब राहिली. उद्या सून आणायची म्हटलं, की वकिलीणीला शोभतील, असे दागिने नकोत का करायला?''

''हो, तेही खरं.'' भिकोबा जरा जड स्वराने म्हणाले.

''परवाच ते रामभटजी विचारीत होते आपल्या मुलीविषयी. ज्येष्ठातला मुहूर्त धरला नाही, तरी ठरवून टाकू या, असे म्हणाले.''

भिकोबांचे वकिली रक्त तापून गेले. दुःशासनाचे नरडे फोडणाऱ्या भीमसेनाच्या आवेशाने ते म्हणाले,

''आई, हा भिकोबा एखाद्या भटुरग्याचा जावई होण्याकरिता जन्माला आला नाही हं. ही शनीची साडेसाती संपू दे, सहा महिन्यांनी जहागीरदारांच्या मुली मला सांगून येतील, बघ. वकिलाचा सासरा कोण? तर म्हणे भिक्षुक. आम्ही पगडी घालून बारा वाजता कोर्टात जायला निघावं, तो श्वशुरांची स्वारी कुणाचं तरी तेरावं आटोपून बोडक्यानंच रस्त्यात भेटायची! तो जॉननं शिवलेला सूट घालून आम्ही वकील मंडळींतून फिरायला जावं आणि सत्यनारायणाकरिता निघालेल्या पंचेवाल्या

मेव्हण्यांनी रस्त्यात आमचं स्वागत करावं! खासा न्याय! आज मला रामभटजींची मुलगी करून घ्यायला सांगते आहेस. उद्या एखाद्या खाणावळवाल्याची कारटी करायला सांगशील; पिकतं तिथं विकत नाही असं म्हणतात, ते काही खोटं नाही.''

''अशी डोक्यात राख घालू नकोस, बाबा. रामभट म्हणाले, ते मी आपलं तुला सांगितलं. हजार हजार रुपये तुझे शिल्लक पडू लागली, तर मी तरी भटाभिक्षुकाची मुलगी तुझ्या गळ्यात कशाला बांधीन? मी त्या दिवशीच अर्धवट नकार दिला आहे रामभटांना. ते म्हाडळदला गेले आहेत. आज परत आले, म्हणजे साफ सांगेन, की आमचा भिकू आता असा तसा राहिलेला नाही. एका वर्षात त्यानं हजार रुपये शिल्लक टाकले आहेत. तुमच्या लहान तोंडी आमचा मोठा घास काही मावायचा नाही.''

आईच्या आज्ञेवरून भाजी आणण्याकरिता भिकोबा बाहेर पडले. पण तोंडाने हजार रुपये शिल्लक टाकणाऱ्या वकीलसाहेबांच्या हाताला खिशात एक पैसाही लागेना. लागणार तरी कुठून! चवलीचे पावल्यांशी लग्न लावून महिने झाले, तरी सहा आण्यांपलीकडे त्यांची वाढ होत नाही, हे त्यांनी अनुभवले होते.

काल संध्याकाळी लायब्ररीतून परत येताना चहा घ्यावासा वाटल्यामुळे ते दुकानात गेले होते. दुकानातल्या आसनावर विराजमान झाल्यानंतर त्यांनी खिशात हात घालून पाहिला, तो अवघा एकच पैसा हाताला लागला. लगेच चहाची ऑर्डर फिरवून ते म्हणाले,

''सिंगल द्या हो वामनराव, डबल नको. तुझं माझं पटेना नि तुझ्यावाचून गमेना, अशी या चहाची मैत्री आहे.''

पलीकडच्या बाकावर शंकरपाळी व भजी यांचा यथास्थित समाचार घेत असलेले एक मोटार-ड्रायव्हर म्हणाले,

''असा हात आखडता का घेता, वकीलसाहेब?''

ड्रायव्हरला अंतर्ज्ञान असते, तर वकीलसाहेबांच्या खिशाची अंत:स्थिती त्याला सहज कळली असती.

रात्री अंथरुणावर भिकोबा किती तरी वेळ त्या ड्रायव्हरची व आपली तुलना करीत पडले होते. आपण तेरा वर्षे इंग्रजी शिक्षण घेऊन चहाच्या पेल्याला महाग झालो; उलट, इंग्रजीचा गंधही नसलेला एक मनुष्य मोटार चालवून उत्तम रितीने आपले पोट भरीत आहे. मिळकत कमी असली, तरी आपल्या हातून लोकांचे काही काम होत आहे म्हणावे, तर तेही नाही. घरी जेवायचे अन् कोर्टात जाऊन माश्या मारीत बसायचे. भिकोबांनी खूप खूप विचार केला; पण विचारांनी डोके पिकले, तरी

त्या पिकातून पैचीही प्राप्ती होत नाही, हा अनुभव नेहमीप्रमाणे त्यांना आला. झोप लागल्यावर त्यांना स्वप्ने मात्र फार चांगली पडली. आपल्या वकिलीच्या जाळ्यात साधे मासेच नव्हेत, तर देवमासेही अडकले आहेत, सुंदरवाडीचे सौंदर्य म्हणता येईल, असा बंगला आपण बांधला आहे, चहाच्या दुकानात आपण सिंगल पीत असताना शंकरपाळी व भजी यांच्यावर ताव मारणारा उर्मट ड्रायव्हर आपल्या पाया पडत असून स्वत:वरील एका खटल्यात आपण वकीलपत्र घ्यावे, अशी आपल्याला विनंती करीत आहे. घाटावरच्या एका जहागीरदारांची मुलगी आपल्याला सांगून आली आहे- जन्मभर स्वप्नेच पडत राहावीत, असे त्या वेळी भिकोबांना वाटले.

पण बाल्य व प्रौढ वय यांच्याइतकाच फरक स्वप्न व जागृती यात असतो. बाजारात भाजी पाहिजे, तर स्वप्नातला बंगला गहाण टाकून अगर मोटार विकूनही ती मिळणार नाही, हे भिकोबा ओळखून होते. कपडे करून ते भाजी आणावयाला निघाले खरे. पण भाजीला पैसे कुठून आणावयाचे, हेच त्यांना कळेना.

विचाराच्या तंद्रीत ते मोतीतलावापाशी आले, तोच त्यांना एका पठाणाने हटकले. पठाण लोक अलीकडे सावंतवाडीत सावकारीचा व्यवहार करीत असल्याचे त्यांनी ऐकले होते. त्या व्यवहारापैकी एखादी फिर्याद या पठाणाला करायची असेल, असा विचार करून ते मोठ्या उत्सुकतेने त्याच्याशी बोलू लागले.

''काय, रावसाहेब, काही मोतीबिती घेतेय?'' हा प्रश्न ऐकताच भिकोबांची उत्सुकता प्रतिपदेच्या चंद्रकोरीप्रमाणे तत्काळ मावळली.

''मोती घ्यायला आम्ही काही सावकार नाही.'' ते म्हणाले.

''सावकार नसेल तुम्ही, वकीलसाब तर हात! वकिलाचे नख नि सावकाराचे मुख, अशी म्हणणीच आहे ना रावसाहेब! अस्सल पाणीदार मोत्ये हात, रावसाहेब आपल्या कानाला भिगबाळी कशी छान शोभेल.''

पठाणाच्या तडाक्यातून जीव बचावण्याकरता भिकोबा जवळजवळ पळतच सुटले. तळावर लाकडाचे 'भारे' घेऊन येणारी माणसे त्यांना पाहिली. निढळाच्या घामाने पोट भरणारी ही माणसे देखील आपल्यापेक्षा सुखी आहेत, असे त्यांना वाटले. समाज फिर्यादीवाचून जगेल पण लाकडांवाचून त्याला एक दिवसही काढता येणार नाही. तसे पाहिले, तर आपला समाजाला काय उपयोग आहे? पलीकडे रिकामा असलेला मोतीतलाव व आपण यांची किंमत सारखीच. पैसे मिळविणारा वकील भरलेल्या मोतीतलावाप्रमाणे समाजाला शोभत तरी असेल. पण मिजास राजाची न् मिळकत डोंबाऱ्याची, अशी आपली स्थिती झाली आहे.

भिकोबांना आठ- नऊ वर्षांपूर्वीच्या गोष्टी आठवू लागल्या. याच तलावावरून शाळेत जाताना आपण हजारो तऱ्हेची मनोराज्ये करीत होतो. त्यांतले वकील होण्याचे एक राज्य तेवढे आपल्या पदरात पडले. पण आपण वकील झालो, हा

वेडेपणाच नाही का केला? पेपरात मार्कांची बेरीज करावयाला मास्तर चुकले असले, तरी ती चूक त्यांच्या नजरेला आणण्याचे धैर्य कधी आपल्याला झाले नाही; बक्षीस घ्यायला जातानाच आपले पाय लटलट कापू लागले, खोट्या गोष्टी बनवून सांगण्याची कला तर आपल्याला कधीच साध्य झाली नाही. मेंढरामागून मेंढरू जाते, त्याप्रमाणे आपल्या बरोबरीचे लोक एल.एल.बी. कडे जातात, म्हणून आपणही त्याच मार्गाला लागलो. पण एकाचे औषध, ते दुसऱ्याचे विष होते, हाच अनुभव आपल्याला येत आहे. 'वकीलसाहेब' या संबोधनाचा आनंद पहिले चार दिवस झाला, तितकाच! आता तेच संबोधन शिवीसारखे वाटू लागेल की काय, अशी भीती पडली आहे. वकिली सोडून मास्तरकी करायची, म्हणजे अत्तरे विकली, तिथे घासलेट विकत बसण्यासारखे होईल. कोतवाली घोड्याने, उपाशी मरायची पाळी आली तरी डोंबाऱ्याचं तट्टू होऊ नये. देव काही आपल्याला असेच सोडणार नाही. आपले अजून लग्न व्हायचे आहे. कुबेराला विकत घेणारा सासरा आपल्याला भेटला, तर आपल्याला काय कमी आहे? 'पुरुषस्य भाग्यं' हा अनुभव काही खोटा नाही.

लग्नाचे विचार डोक्यात घोळू लागताच भिकोबांची कळी उमलली. आपल्या ब्राह्मण समाजात तरी इतके शिकलेले लोक फारच थोडे! इकडल्या भटभिक्षुकाची पोर आपण करायची, म्हणजे शालूला पासोडीचे ठिगळ जोडण्यातलाच प्रकार व्हायचा. आपणाला वकिलीने हात दिला नाही, तरी अर्धांगी खास देईल. देशावरला कुणीही गरजवंत बाप आपला शोध काढीत येईल. गरजवंतांना अक्कल नसते आणि सासऱ्याला अक्कल नसणे हे जावयाच्या दृष्टीने हितावहच असते. आपली वकिली फार उत्तम चालली आहे, हजारो रुपये हुंडा देऊन आपल्याला मुली सांगून येत आहेत, तुमची मुलगी करायची, म्हणजे तुमच्यावर कृपा करायची, असे आपण आपल्या भावी सासऱ्याला भासवू. केतकीसारखा रंग, चाफेकळीसारखे नाक, हरणासारखे डोळे असतील, तरच तुमची मुलगी आम्ही पसंत करू, असे आपण त्या गरजवंत सासऱ्याला स्पष्ट बजावू. पण हरणासारखे डोळे कसे ओळखायचे, हे भिकोबांना तत्काळ कोडे पडले. त्यांनी हरणाचे चित्र पाहिले होते. त्यावरून हरणाचे डोळे इतर प्राण्यांप्रमाणेच असतात, अशी त्यांची ठाम समजूत झाली होती. मघाशी पठाणाने खोटी मोत्ये आपणाला दाखविली असती, तरी ती खरी का खोटी, हे जसे आपणाला सांगता आले नसते, त्याप्रमाणे कावळ्याचे डोळे व हरिणाचे डोळे यांच्यातील फरक आपल्याला कळणे अशक्य आहे, हे भिकोबांनी ओळखले. काही का असेना, मुलगी अप्सरा असली म्हणजे झाले, हा विचार त्यांच्या मनात यायला व त्यांच्या उजव्या पायाच्या अंगठ्याजवळच्या बोटाला ठेच लागायला एकच गाठ पडली. अप्सरेला स्वर्गातल्या स्वर्गात सोडून चार पैसे कुठून मिळवायचे, या प्रश्नाचा विचार करणे त्यांना प्राप्त होते.

माठेवाड्यातील रामभाऊ याच वेळी रस्त्याने जाताना त्यांना दिसले.

"नमस्कार रामभाऊ, कसं काय ठीक आहे?"

"हो, तुमच्या कृपेनं ठीक आहे!"

"आमची कसली गरिबाची कृपा!"

"वकील नि गरीब हे शब्द एकमेकांजवळ शोभतच नाहीत, भिकाजीपंत."

बिचारे भिकाजीपंत काय उत्तर देणार? खिशाप्रमाणे आपले डोकेही रिकामे झाले आहे, असे त्यांना वाटू लागले.

"काय, वकीलसाहेब, लग्नाचे लाडू केव्हा देणार?"

वकीलसाहेब भाजीकरता रामभाऊंकडे चार पैसे उसने कसे मागावे, याचा विचार करीत होते. रामभाऊंनी आपले भाषण पुढे सुरू केले.

"अहो, संसाराला खटलं म्हणतात ना! कोर्टातला खटला जसा वादी-प्रतिवादींवाचून चालत नाही, त्याप्रमाणं संसारही नवरा-बायकोवाचून चालत नाही.'

"खरं आहे. 'गृहिणी सचिव: सखी मिथ:' असं कालिदासानं म्हटलं आहेच."

वकीलसाहेब मनातल्या मनात कालिदासाच्या राजाश्रयाचा हेवा करीत होते. श्रीमंत सासरा मिळाल्यामुळेच कालिदासाने बायकोची इतकी स्तुती केली असावी, असा पुसट संशय त्यांना आला.

"बघा बुवा, द्या बार लवकरच उडवून. तिकडे वकिलीचा बार आहेच; इकडे हा बार." रामभाऊंच्या बारांपुढे भिकाजीपंत गर्भगळित होऊन गेले.

"हे बघा रामभाऊ..." ते चाचरत म्हणाले.

"काय?" मास्तरांनी प्रश्न केला.

'चार पैसे द्या मला.' हे वाक्य मोठ्या कष्टाने हृदयातून गळ्यापर्यंत आले व तेथून कसेबसे जिभेवर चढले. पुढे मात्र त्याची गती जाईना.

"काय म्हणत होता हो?" रामभाऊंनी पुन्हा विचारले.

"लग्न म्हणजे जन्माचा प्रश्न. जरा विचारानंच तो सोडविला पाहिजे."

"हो, नाही तर मोती काढायला समुद्रात बुडावं न् सुसर हाताला लागायची, असला प्रकार व्हायचा. परवा वैशाखात माझ्या मावसभावाचं लग्न झालं. काय फसगंमत झाली म्हणता त्याची. मुलगी लंगडी आहे, हे बेट्याला समजूच दिलं नाही त्या लोकांनी. लग्नाच्या वेळी पाहतो, तो ती आपली एका पायावर तयार!"

"खरंच." असे म्हणून वकीलसाहेब पुन्हा स्तब्ध राहिले.

रामभाऊंनीही "येतो" म्हणून नमस्कार करून रस्ता सुधारला.

ते पाच-दहा पावले गेले असतील नसतील तोच वकीलसाहेब ओरडले,

"रामभाऊ, अहो रामभाऊ..." वकीलसाहेबांचा तो घोगरा आवाज ऐकून रामभाऊ दचकले. सापबीप तर यांना दिसला नाही ना, अशी शंका त्यांच्या मनात

आली. ते लगबगीनेच भिकाजीपंतांच्या जवळ आले व म्हणाले,

"काय, हो, भिकाजीपंत?"

खिशात पुन:पुन्हा हात घालीत भिकोबा म्हणाले,

"काय विसराळू झालो आहे हो मी अलीकडे. बाजारात भाजी आणायला म्हणून आलो न् पैशाचं पाकीटच घरी विसरलो. शाळेत बुवा असा काही विसराळू नव्हतो मी. जेवायला जायचं न् तोंड विसरून यायचं, अशातलाच प्रकार झाला हा. आता मैलाचा हेलपाटा घेऊन घरी पैसा आणायला जायचं जिवावर आलं आहे. बरं, भाजीवालीला माझ्या वकिलीच्या गोष्टी सांगून काय उपयोग?"

रामभाऊंनी मुकाट्याने आपले पाकीट उघडले व दोन आणेल्या भिकाजीपंतांच्या हातावर ठेवल्या, भिकाजीपंतांनी सुहास्य मुद्रेने त्यांचा स्वीकार केला. रामभाऊंची पाठ वळताच आपण पाकीट हरवल्याचे नाटक इतके बिनचूक कसे करू शकलो, याचे त्यांचे त्यांनाच आश्चर्य वाटले. वकील हा सर्वोत्कृष्ट नट असतो, हे त्यांच्या लक्षातच आले नाही.

भाजी घेऊन घरी परत येत असताना भिकाजीपंतांच्या मनोरूपी न्यायासनासमोर एका महत्त्वाच्या कज्जाची सुनावणी चालली होती. चार पैसे विरुद्ध एक हजार रुपये! आई आपल्याला मास्तर होण्याचा आग्रह करणार, असे पाहून आपण एका वर्षांत एक हजार रुपये शिल्लक टाकल्याची तिला थाप मारली! पण आज दुपारची भाजी विकत आणण्याइतके तांब्याचे पैसेदेखील आपल्या खिशात शिल्लक नव्हते. आईशी आपण अशी प्रतारणा का केली? ती आपल्या बऱ्याकरिताच मला मास्तर व्हायला सांगत नाही काय? वकिलीला सोने लागले आहे, या समजुतीने आपण त्या धंद्यात शिरलो पण आपल्या हाताला त्या सोन्याचे कणदेखील मिळत नाहीत. मग मानापमानाच्या खोट्या कल्पना उराशी बाळगून याच धंद्यात कुचंबत पडायचे व आपल्या जन्माची माती करून घ्यायची, यात फायदा काय? आपल्याभोवती किराणा मालाची दुकाने घालून बसलेले हे लोक सुखाने गुजराण करीत आहेत. रस्त्यावरील चांभाराचे दुकान तर उत्तम चालले आहे. हे सारे लोक अशिक्षित असूनही सुखी होऊ शकतात आणि आपण पदव्यांची झूल पांघरूनही निरुपयोगी होत आहो. दारिद्र्य मनुष्य पातकी करते, यात संशय नाही. तसे नसते तर जन्म देणाऱ्या आईशी खोटे बोलण्याचा मोह आपणाला का झाला असता? वकिलाला शोभेल, असा सूट आपण जॉनकडून करून घेतला. पण त्याचे पैसे वेळेवर देण्याचे त्राण आपल्या अंगी नाही. शाळेत मास्तरांनी 'फी आणलीत का?' म्हणून विचारले, की आपल्या भावंडांना खाली मान घालण्याखेरीज गत्यंतर नाही. गवळी येऊन पैशाकरिता दारात धरणे धरून बसला, तर बिचाऱ्या आईने तरी काय स्वत:च्या

कातड्याचे पैसे करून द्यायचे? गवळ्याला पैसे मिळाले नाहीत, की त्याने दूध बंद केलेच म्हणून समजावे. दूध बंद झाले म्हणजे चहा बंद! चहा बंद झाला की आपल्या नाड्या आवळल्याच!

चहा हे भिकोबांचे दैवत होते. या पंढरीची वारी दररोज चार-पाच वेळा करायला ते कधीही चुकत नसत. संस्कृत कवींनी प्रेमाचा रंग तांबडा ठरविला, याचे कारण ते चहाभक्त होते हेच असावे, असा त्यांचा तर्क होता. हा शोध सांगलीला कॉलेजात असताना ते काही सहाध्यायांपुढे मांडीत असत. परंतु ते भिकोबांइतके रसिक नसल्यामुळे 'चहापेक्षाही गाजरं फार लाल असतात; तेव्हा संस्कृत कवींना गाजरं फार आवडत असावीत', असा युक्तिवाद ते पुढे करीत असत. 'गाजरपारखी आहात, झालं!' भिकोबा रागारागाने त्यांना उत्तर देत. राष्ट्रीय निशाणाप्रमाणे राष्ट्रीय पेयाचीही जरूर आहे व त्या पेयाचा मान चहालाच सर्वथैव योग्य आहे, असे भिकोबांचे ठाम मत होते व कॉलेजात असताना राष्ट्रीय सभेचे अध्यक्षस्थान जेव्हा आपल्याला मिळेल, तेव्हा याच मुद्यावर जोर देण्याचे त्यांनी ठरवून टाकले होते. कधी काळी नाटक लिहिण्याची पाळी आल्यास नायकाचे नाव चहा व नायिकेचे नाव कॉफी ठेवण्याचाही त्यांचा मानस होता. हिंदुस्थानला स्वराज्य मिळायचेच असेल, तर ते मोठमोठ्या तोफांनी न मिळता चहाच्या पेल्यांनीच मिळेल, असा एक दूरदृष्टीचा सिद्धान्तही भिकोबांनी मनातल्या मनात सिद्ध करून ठेवला होता. 'चहा तितुका मेळवावा' हे ब्रीद महाराष्ट्राने पुढे ठेवल्यास त्याचे गतवैभव त्याला हा हा म्हणता प्राप्त होईल, असे ते मोठ्या आवेगाने सांगलीत आपल्या आवडत्या चहाच्या दुकानात बसून म्हणत असत. सुटीत रामभाऊ मुंबईहून आला, की भिकोबांच्या व त्यांच्या चहाविषयक गोष्टी सुरू होत. रामभाऊ म्हणे,

"भिकोबा, ताजमहाल हे जगातलं मोठं आश्चर्य मानतात. पण मी म्हणतो, पर्शियन हॉटेल हे त्याच्यापेक्षाही मोठे आश्चर्य आहे. बालगंधर्वांचं गाणं, मलबार हिलवरील फिरणं, पहिल्या तारखेदिवशी पोस्टमननं मनीऑर्डरीचा गठ्ठा घेऊन आपल्या खोलीकडे येणं, या साऱ्या गोष्टींचा आनंद पर्शियन हॉटेलमधल्या एका प्याल्यात साठलेला आहे. माझी खात्री आहे, की मेनकेनं विश्वामित्राला आपल्या जाळ्यात ओढलं, तेव्हा पर्शियन हॉटेलमधला एक चहाचा पेला त्याला आरंभी पाजला असला पाहिजे. भिकोबा, कृष्णावतारी गोपी कृष्णावर एवढ्या फिदा का असत, याचा कधी तू विचार केला आहेस काय?"

भिकोबांच्या चेहऱ्यावरून पुराणसंशोधनाच्या बाबतीत त्यांचे डोके चालत नाही, असे रामभाऊंनी ताडले की ते आपले पुराण पुढे सुरू करीत.

"अरे बाबा, हे कळायला डोकं पाहिजे डोकं, नुसतं पुस्तकाचं पीठ पाडलं, म्हणजे झालं नाही! कृष्णानं इतक्या गाई कशाला रे बाळगल्या होत्या? माझी खात्री

आहे, की या पर्शियन हॉटेलचा मूळ संस्थापक कृष्णच असला पाहिजे. त्याचा चहाचा खप अवाढव्य असल्यामुळंच दुधासाठी त्याला इतक्या गाई राखाव्या लागल्या असतील.''

विमा कंपनीच्या एजंटापुढे काय बोलावे, हे जसे सामान्य मनुष्याला कळत नाही, त्याप्रमाणे रामभाऊंच्या या वक्तृत्वाच्या प्रवाहाविरुद्ध कसे हात मारायचे, हे भिकोबांना कळत नसे. पण गीताजयंतीत स्वत:ला मिळालेली बक्षिसे आठवून ते कृष्णाची कड घेण्याचा प्रयत्न करीत,

''अरेरे! रामभाऊ! मुंबईला जाऊन तू धर्म बुडविला. पर्शियन हॉटेलमधला चहा प्यायला मुंबईत हिंदूंची चहाची दुकानं नव्हतीच का?''

भिकोबांचा धर्माभिमान जागृत झालेला पाहून रामभाऊंचेही धर्मप्रेम उचंबळू लागे.

''हिंदूंची चहाची दुकानं सोडलीत, असं वाटतं की काय तुला? पण काही झालं, तरी हिंदू गचाळ ते गचाळच! हिंदू काय नि त्याचा चहा काय, मुसलमानांच्या मानानं मुळीच स्ट्राँग नाही.''

''उभ्या मुंबईत एकाही हिंदू दुकानातला चहा चांगला नाही म्हणतोस?'' भिकोबा हिंदूंचा लौकिक धुळीला मिळणार, या कल्पनेने भयभीत होऊन विचारीत.

''नाही म्हणायला कांदेवाडीत एक प्रधान आहे, बुवा, काय फक्कड चहा होतो म्हणतोस तिथला! कुणी म्हणतात की तो लेकाचा चहात अफूच घालतो! त्याची पोरगी चहा करते बघ तो! रूप म्हणशील, तर गडकऱ्यांची मथुरा, ठकी, इंदू व बिंदू यांना कोळून त्यांचा एक अष्टमांश केलेला काढा! पण चहा असा करते की बोलून सोय नाही! या जगात रूपावर काही नाही, हेच खरं! त्या दुकानदाराची हकिकतही मोठी गमतीची आहे. स्वारी कुठल्याशा नाटक कंपनीत होती म्हणे पूर्वी! गृहस्थ फार बोलका! वाणी अशी रसाळ आहे म्हणतोस! रुबाब तर अगदी नाटकातल्या राजासारखा पण बेट्याला कुठली अवदसा आठवली. चोरी करायला मिळावी, म्हणून लेकानं मंडळींच्या चहात अफूच खूप घातली पुढं एके दिवशी! सरळ बिनभाड्याच्या घरात गेली स्वारी. पुढं सुटल्यावर मग हे दुकान काढलंन्.''

''या हिंदू दुकानातला चहा इतका चांगला असताना मग तू पर्शियन हॉटेलमध्ये कशाला जातोस?''

''त्या दुकानात चहाच्या प्याल्याबरोबर जुगारी लोकांनाही उकळ्या फुटतात. जिभेची तलफ भागवायला जावे न् हातात कडीतोडे पडावे, अशातला प्रकार व्हायचा. तो दुकानदार इकडलाच कुठला तरी कोकणातला असावा. गोव्यात कुठेशी देवी आहे म्हणे त्याची!''

भिकोबा एल.एल.बी. करिता पुण्याला गेले, तेव्हा कोकणात मुंबईवरून येऊ

लागले. पण मुंबईत रामभाऊ व खिशात पैसे नसल्यामुळे 'पर्शियन हॉटेल' व 'कांदेवाडी हिंदू हॉटेल' यांची तुलना करण्याची संधी त्यांना कधीच मिळाली नाही. चहाविषयी विचार सुरू झाले, तेव्हा रामभाऊंचे कांदेवाडीतील चहाचे वर्णन मात्र त्यांना सहजासहजी आठवू लागले. उद्यापासून गवळ्याने हात आखडता घेतला, तर आपले हातपाय चालणे शक्य नाही, हा विचार मनात घोळू लागल्यामुळे घरी परत येता येता या साऱ्या चहाविषयक जुन्या गोष्टींची त्यांना स्मृती झाली. आई व भावंडे यांच्यासाठी नसली, तरी चहासाठी तरी आपणाला मास्तरकी पत्करावी लागणार, असा त्यांना रंग दिसू लागला. चहाबरोबर मास्तर झाल्याचा अपमान सहज गिळून टाकता येईल, अशीही त्यांनी आपल्या मनाची समजूत घातली.

ते घरात पाऊल टाकतात, तो रामभटजी व आपली आई यांचे काही तरी खलबत चालू असल्याचे त्यांना दिसले. 'हा बेटा आपली बेटी खपविण्यासाठी लाळ घोटीत असेल पण म्हणावे, याद राखून ठेव, भटा. वकील आहे, वकील मी!' असे मनातल्या मनात गर्जून उद्गार काढीत भिकोबांनी भाजी आईपुढे टाकली.

"बाळ, तुला मुलगी सांगून आली आहे!'' आई आनंदित मुद्रेने म्हणाली.

"कुणाची?'' बापूचे भूत दृष्टीला पडल्याबरोबर दचकणाऱ्या हॅम्लेटसारखा चेहरा करून रामभटजीकडे पाहत भिकोबांनी विचारले.

"वर बसले आहेत ते. जहागीरदार आहेत मोठे!'' रामभटजी हलक्या स्वरात म्हणाले.

भिकोबांची छाती धडधडू लागली. शनीला आपला कंटाळा येऊन त्याने सहा महिने आधीच आपला गाशा गुंडाळला की काय? देव मनुष्याचा कधी अंत बघत नाही, हेच खरे. न्यायाधीशापुढे उभे राहताना भिकोबा कापत नसत, असे नाही. पण आता त्यांचे पाय हीव भरल्याप्रमाणे लटलटा कापू लागले. जहागीरदार तर आपल्या वकिली दिवाणखान्यात जाऊन बसले आहेत. जॉनने शिवलेला नवा सूट माडीवरल्या कपाटातच आहे. तो आणायला आपणच जावे, तर ते वाईट दिसणार.

भिकोबांनी बरेच डोके खाजविले व शेवटी रामभटजीना गुरुमंत्र दिला. रामभटजी गुरुपदेशाप्रमाणे ते कपडे हळूच उपरण्यात गुंडाळून घेऊन खाली आले व भिकोबा रंगू लागले. 'माडीवर जहागीरदारांच्या गोष्टीला जातो मी' असे म्हणत रामभटजी वर झटकलेले पाहून आई म्हणाली,

"भिकू, चहाची पूड संपली आहे, रे...''

सुटाचा धूर भिकोबाच्या डोळ्यांवर नुकता कुठे चढू लागला होता. काढून टाकलेल्या कोटाचे खिसे चाचपीत त्यांनी एक आणेली बाहेर काढली व आईच्या हवाली केली. मघाशी रामभाऊला भाजीसाठी दोन आणे देण्याची सुबुद्धी झाली, हे

आपले केवढे भाग्य, असा विचार यावेळी त्यांच्या मनात आल्यावाचून राहिला नाही.

"अशा चारचार पैशांची धूळ आणली, म्हणजे आयत्या वेळी दात पडायची पाळी येते, बघ. कशाला हवेत ते हजार रुपये शिल्लक? लंकेला सोन्याचा विटा न् घरात सदा नकारघंटा."

"बापू येईल आता इतक्यात शाळेतून. त्याच्याकडून घे चहा आणून." असे म्हणून भिकोबांनी माडीचा रस्ता सुधारला.

वकिली टेबलाजवळ बसलेली व्यक्ती पाहताच ते जहागीरदार आहेत, याची भिकोबांना पूर्ण खात्री पटली. डोक्यावरच्या रुमालावर जिकडे तिकडे जरच दिसत होता. खांद्यावरून मांडीवर लोळत पडलेले वीतवीत उपरणेही भारी किमतीचे असावे. करंगळीत व दुसऱ्या बोटांत सल्ले व अंगठ्या यांची गर्दी उडून गेलेली दिसत होती.

भिकोबांनी किंचित लवून नमस्कार केला. जहागीरदारांनी त्याचा सस्मित स्वीकार केला. भिकोबा खुर्चीवर बसले. बोलण्याचा आरंभ कसा करावा, हेच त्यांना कळेना.

"आपल्याकडे आम्ही का आलो, हे कळलंच असेल आपल्याला." फोनोग्राफातील ह्या ह्या ह्या ला लाजविणारे हास्य करून जहागीरदार म्हणाले, "आपण वकील आहात. आमच्याकडे एक केस आहे. केस म्हणजे मुलगी हं. उपमा काही उगीच नाही दिली मी. केस आणि मुलगी या दोघींना पैशावाचून कुणीच पत्करत नाही जगात. आमच्या मुलीने स्वयंवर मांडल्यामुळे तर मला इतके दुरून कोकणात यावे लागले."

जहागीरदारांच्या मुलीचा 'पण' कोणता असावा, याचा भिकोबांना तर्कच होईना. त्याचे भावी श्वशुर पुढे बोलू लागले.

"तिला म्हणे वकील नवरा पाहिजे. सीतेला धनुष्य वाकविणारा पती पाहिजे होता; तिला अशिलांना वाकविणारा पाहिजे. द्रौपदीने मासा मारणाऱ्या - म्हणजे कोळी नव्हे हं- जाऊ द्या ते. मुद्दा एवढाच की करीन तर वकिलाशीच लग्न करीन, असा तिचा 'पण' पडला. मग करता काय? अडला जहागीरदार, पाही वकिलाचं दार. इकडल्या बाजूला आपल्या जातीचे लोक बरेच आहेत. म्हाडदळवी म्हाळसा हेच आमचं कुलदैवत. म्हटलं, यावं एकदा मुलीसह फेरी टाकून. स्वार्थ न् तीर्थ दोन्ही साधतील. झालंही तसंच. तीर्थच्या ठिकाणी या रामशास्त्र्यांची गाठ पडली. त्यांनी आपलं स्थळ आम्हाला सांगितलं, फार आनंद झाला. दिपोटी परीक्षेला आले न् मुलाला नकाशावरलं स्थळ सापडलं, म्हणजे मास्तरांना जेवढा आनंद होतो, त्याहूनही अधिक आनंद झाला आम्हाला!"

आपल्यापुढे आपले भावी श्वशुर बसले नसून, ज्याची उलटतपासणी करावयाची आहे, असा प्रतिपक्षाचा साक्षीदार उभा आहे, अशी भिकोबांनी कल्पना केली व कपाटाकडे पाहत ते जहागीरदारांना म्हणाले,

"लग्न म्हणजे एक प्रकारचा जुगार आहे. म्हणून जरा..."

जुगार शब्द ऐकताच जहागीरदारांची मुद्रा किंचित काळवंडली पण कपाटाकडे एकाग्र दृष्टीने पाहणाऱ्या भिकोबांच्या लक्षात हा फरक येणे शक्यच नव्हते. भिकोबा पुढे म्हणाले,

"आपला थोडा परिचय झालेला बरा!"

"हो हो, परिचयाविषयी म्हटलंच आहे ना कुणीसं, अति परिचय खोटा... जाऊ द्या ते."

"आपण कुठले जहागीरदार?"

"मोतीचूरचे."

"मोतीचूर? नाव जरा कसंसंच लागतं नाही?"

"कसंसंच कसलं? बुंदेलखंड या नावावरून त्यात बुंदी पाडतात, असं काही सिद्ध होत नाही. आमच्या गावात पूर्वी रस्त्यांवरच मोत्यांचा चूर पडलेला असे. आमच्या जहागिरीचं नाव त्याच्यावरून पडलं आहे."

"कुठेसं आहे हे मोतीचूर?"

"कुठं? तुम्हाला.... तुम्हाला असोदं माहीत आहे ना खानदेशातलं? फार प्रसिद्ध आहे बरं गाव ते", फार प्रसिद्ध असलेले गाव माहीत नाही, असे सांगण्याचा वकीलसाहेबांना धीर होईना. त्यांनी होकारार्थी मान डोलाविली. जहागीरदार पुढे सांगू लागले, "त्या असोद्याजवळ मोतीचूर आहे. असोदं देखील पूर्वी आमचंच होतं. असोदं, म्हणजे ज्या गावात सोदे राहत नाहीत ते! पाहा, केवढा सच्चेपणा पूर्वी आमच्या जहागिरीत होता तो; अलीकडे मात्र हे सारं गेलं. नुकतीच फार मोठी चोरी होऊन घरातली सारी चीजवस्तू गेली. म्हणून भीती नाही म्हणा आम्हाला! दुकानातल्या साऱ्या वस्तू संपल्या, तरी चहा असेपर्यंत दुकानदाराला गिऱ्हाइकाची वाण पडत नाही!" चहाचा दाखला जहागीरदारांच्या तोंडी फारसा शोभत नाही, असे वकिलांना वाटले. पण जुन्या माणसांत मार्मिकतेइतकी सौंदर्यदृष्टी नसते, असे मानून त्यांनी आपले समाधान करून घेतले.

"चहा आहे म्हणजे काय, ते सांगा वकीलसाहेबांना. त्यांच्या कायद्यातली भाषा नव्हे ही सहजासहजी समजायला." रामभटजींनी सूचना केली.

"चहा आहे, म्हणजे मुलीच्या अंगावरले दहा एक हजाराचे दागिने आहेत. कन्यादानाच्या वेळी ते आम्ही तिच्या अंगावरच ठेवणार आहोत. शिवाय, नाही म्हटलं, तरी आमच्या जहागिरीचं वर्षाचं उत्पन्न पाच हजारांचं आहे. काही झालं,

तरी ते शेवटी जावयालाच मिळावयाचं आहे!'' चहा पाहून कधीही सुटलं नसेल, इतकं पाणी वकीलसाहेबांच्या तोंडाला सुटलं. ते गार होऊन ऐकतच राहिले. ''आता मुद्याकडे वळू या, वकीलसाहेब. मी मुलीचा बाप असलो, तरी तिचे दोष काही चोरून ठेवीत नाही. श्रीखंड म्हणून एखाद्याच्या पानात पिठलं वाढणारा इसम मी नाही. पहिली गोष्ट मुलीच्या वयाची. सतरा सरून तिला बरोबर अठरावं वर्ष लागलं आहे. कोणत्या साली झाली बरं ती? गडकऱ्यांचं 'प्रेमसंन्यास' स्टेजवर आलं, त्याच साली...''

भिकोबा आश्चर्यचकित झाले. गडकऱ्यांच्या प्रेमसंन्यासाचा आपल्या भावी पत्नीच्या जन्माशी काय संबंध आहे, हे त्यांना कळेना. त्यांनी भांबावून विचारले,

''गडकऱ्यांची व आपली ओळख होती वाटतं?''

''ओळख? नुसती ओळख काय घेऊन बसलात हो? त्यांच्या कंपनीत चार महिने होतोच ना मी. कंपनी म्हणजे सहवास हो! नाही तर भलताच अर्थ कराल. त्या चार महिन्यांत गडकरी माझ्याशिवाय एक दिवस देखील चहा प्यायले नाहीत.''

गडकरी मोठे चहाभक्त होते, हे भिकोबांना ठाऊक होतेच. त्यांची अलौकिक प्रतिमा चहानेच प्रफुल्लित झाली असावी, असा त्यांचा कयास होता. आपले श्वशुर गडकऱ्यांचे जानीदोस्त असावेत, याचा त्यांना अभिमान वाटू लागला. जहागीरदार पुढे बोलू लागले,

''वय ऐकलंत तुम्ही! आता रूप! सोनीचा रंग आपला काळासावळा आहे. पण साखरभातापेक्षाही वांगीभात रुचकर लागतो, हे लक्षात आलं म्हणजे आपल्यासारखी समंजस माणसं त्याविषयी काही फारशी तक्रार करणार नाहीत, अशी खात्री आहे. तिचे गाल भज्यांप्रमाणे तांबडे नसले, तरी उत्तम पुरीप्रमाणं फुगीर आहेत. बघितल्याबरोबर तुकडा मोडावा असंच कुणालाही वाटेल.''

जहागीरदारांच्या सर्व उपमा खाद्य पदार्थांच्याच का याव्यात, हे भिकोबांना कळेना. ते खादाड तरी असावेत किंवा गडकऱ्यांप्रमाणे दुसऱ्या एखाद्या पक्वान्नप्रिय लेखकांशी त्यांचा परिचय तरी असावा, असे त्यांना वाटू लागले.

''तिसरा मुद्दा शिक्षणाचा!'' जहागीरदारांनी सुरुवात केली, ''आमच्या सोनीचं वाचन काय जबरदस्त आहे म्हणता. झाडून साऱ्या मालांची पुस्तकं तिनं वाचून काढली आहेत. चहा तर इतका उत्तम करते, की तो एकदा प्यायल्यावर तुम्ही आश्चर्यानं आ वासूनच राहाल. जहागीरदारांची मुलगी असूनही पोरगी पक्वान्नं करण्यात फार सुग्रण. तिची बटाट्याची भाजी तर साऱ्या मुंबईत...''

''मुंबईत काय?'' भिकोबांनी विचारले.

''नाही म्हटलं, मुंबईच्या साऱ्या सुधारलेल्या बायकांतदेखील तिच्यासारखी बटाट्याची भाजी करणारी कुणी नाही. तिचा रंग जिलबीसारखा नाही, तोंड

लहानपणी देवी असल्यामुळं घडीच्या पोळीसारखं न दिसता आंबोळीसारखं दिसतं, या गोष्टी आपल्या सोडून द्या. अहो रूपानं पोट थोडंच भरतं!'' जहागीरदारांनी हातरुमाल सोडून मोत्यांची काकणं, नथ वगैरे दागिने टेबलावर ठेवले. ''हे सारे दागिने सोनीला देणार आहे मी. पाहा आपला विचार. आणू का दाखवायला?''

'असली शूर्पणखा पाहण्याची देखील मला इच्छा नाही' असे म्हणावेसे वाटले न वाटले, तोच भिकोबांच्या डोळ्यांपुढे जॉन शिंपी, दोन आणे देणारे रामभाऊ वगैरे मंडळी उभी राहिली.

''पाहायला काही हरकत नाही.'' वकीलसाहेब म्हणाले.

रामभटजी पडत्या फळाची आज्ञा घेऊन गेले व भिकोबा जन्मात न पाहिलेली मोत्यांची काकणे पाहत बसले.

त्या मोत्यांच्या बांगड्या पाहता पाहता नशीब म्हणून काही तरी चीज आहे, अशी भिकोबांची खात्री झाली. कुठे खानदेशातले मोतीचूर आणि कुठे कोकणातील सावंतवाडी! काश्मीरची शाल रामेश्वराच्या ब्राह्मणाच्या अंगावर जाऊन पडावी, तशातला आपल्या लग्नाचा योग दिसत आहे. मोतीचूर लाडू ज्याने जन्मात पाहिले नाहीत, त्याला मोतीचूरकरांची मुलगी सांगून आली. उद्या हा म्हातारा जहागीरदार मेला- न् तो लवकर मरणारच. मृत्यू हातातल्या अंगठ्या व डोक्यावरील जरीचा रुमाल पाहून याला तरणाबांड मानील, असे थोडेच आहे? हा म्हातारा मेला, की मोतीचुराची जहागीर आपलीच आहे. मग भिकाजीपंत वकिलांचा थाट काय विचारता! आज दोन आणे उसने देणाऱ्या रामभाऊला आपण दोनशे रुपयांचे बक्षीस देऊ. स्वत:ला नाही जमले, तर बापूला तरी बॅरिस्टर होण्याकरता पाठवू. शांती न् सुशी यांना कुठे तरी ढकलण्याची जरूरच पडणार नाही मग, संस्थानिक येतील संस्थानिक लोटांगणे घालीत. आज सकाळी जॉन शिंपी टाकून बोलला नाही का? चांगली खोड मोडली पाहिजे गुलामाची! उद्या जहागीर मिळाल्यावर एक सदरादेखील नाही टाकायचा शिवायला त्यांच्याकडे, बैस म्हणावे लेका हात चोळीत.

''नाव सोनूबाई न् हाती कथलाचा वाळा... अशी आमच्या सोनीची स्थिती नाही हं, वकीलसाहेब नाव सोनुली न् हाती चहाची किटली! झाशीच्या लक्ष्मीबाईनं तलवारीनं मोठमोठ्या पुरुषांना पाणी पाजलं, म्हणून लोक तिचे पोवाडे गातात, पण आमच्या सोनीला तरवार- बिरवार नको. किटली हीच तिची तलवार, किटली हीच तिची बंदूक, किटली हीच तिची गदा...''

इतक्या त्या महिषासूरमर्दिनीचे जहागीरदार इतके रसभरित वर्णन करीत होते, तिला प्रत्यक्ष घेऊन रामभटजी समरांगणावर दाखल झाले. भिकाजीपंत लुगड्याचा पदर दृष्टीला पडताच दुसरीकडे पाहू लागले. मात्र त्यांच्या दृष्टिकोनात हा फरक पडण्याचे कारण भीती नसून लज्जा हेच होते.

"बसा, सोनूताई. रामभटजी, सोनूताईंच्या सासूबाईंना हाक मारा.''

रामभटजी खाली निघून गेले.

जहागीरदार वकिलांकडे वळून म्हणाले,

"वकीलसाहेब, गोऱ्या रंगावर भुलून जाण्यात काही अर्थ नाही. अहो, हेच पाहा ना, गोरे लोक आमच्यावर राज्य करतात, म्हणून तर हिंदुस्थान भिकेला लागले. गोऱ्या बायकोच्या नवऱ्याची देखील अशीच धूळधाण होते. गीतेतच म्हटले आहे ना, गोरी गोमटी न् कपाळ करंटी!''

भिकोबांनी होते नव्हते तेवढे धैर्य एकवटून पाहिले, तिचे केस व ती नेसलेली काळी चंद्रकळा यांच्यापलीकडे त्यांना काहीच दिसेना. सासऱ्याच्या श्रीमंतीचा धूर इतक्यातच आपल्या डोळ्यांवर चढला की काय, हे त्यांना कळेना.

रामभटजी वर आलेले पाहून भिकोबा म्हणाले,

"आली का आई?''

रामभटजींनी दरवाजाकडे बोट दाखविले. जहागीरदार तिकडे तोंड वळवून म्हणाले,

"पुढे या, आईसाहेब! म्हणच आहे ना, की सून घ्यावी पारखून जसा पोलीस शोधी खून.''

आई किंचित पुढे आली.

जहागीरदार बोलू लागले,

"मुलीचा रंग जरा काळा आहे. आपलं तिच्या गुणांना गालबोट आहे. शिवाय मोठमोठ्या माणसांचा रंग काळाच असतो. कृष्ण काळा होता, म्हणून त्यानं एवढी गीता लिहिली. लोकमान्य टिळक काळेच होते. म्हणून त्यांनी गीतारहस्य लिहिलं. ते गोखले गोरे होते. त्यांना नाही कुठं लिहिता आलं ते! काय, टिळक काळे होते, याच्यावर तुमचा विश्वास नाही बसत? अहो, ऐकीव गोष्ट नाही ही, प्रत्यक्ष डोळ्यांनी पाहिलेली, आमच्या कंपनीत ते आलेच होते, कंपनी म्हणजे मैत्री बरं का, रामभटजी. नाही तर म्हणाल, आपली नाटक कंपनी, चहाचा पेला न् हे इंग्रजी शब्द एकदा तोंडाला लागले, की सुटत नाहीत बेटे!''

जहागीरदारांनी काळेपणाची ही जी कैफियत मांडली, तिला कृष्ण व टिळक हे दोघे पुरुष होते, असे उत्तर देण्याचे भिकोबांच्या मनात आले होते. पण मुलगी देऊ इच्छिणाऱ्या जहागीरदारांनी त्यांना बोलण्याची मुळीच संधी दिली नाही, त्यांचे विमान पुढे चालू लागले.

"आईसाहेब, रूप नि तूप ही दोन्ही सारखीच. दिसायला बरी, पण पचायला कठीण. त्यातून रूप काय चहाप्रमाणं वाटेल तेव्हा बनविता येतं. थोडी तोंडाला पिवडी फासली, जरा केस उलटे फिरविले...'' आईसाहेबांना आपले हे भाषण आवडत नाही, हे जहागीरदारांनी ताडले. त्यांनी मोर्चा बदलला. "पोरगी तुमच्यापुढे

आहेच. लग्नाच्या वेळी तिच्या अंगावर दहा हजारांचे मोत्यांचे दागिने मी घालणार आहे. मी मेल्यावर माझी पाच हजारांची जहागीर जावईबुवांचीच आहे. हे पाहा ते दागिने.'' जहागीरदारांनी टेबलाकडे बोट दाखविले.

रामभटजींनी मोत्यांची काकणे उचलून आईकडे नेऊन दिली. रंगाची बाबत सोडून दिली, तरी आपल्या भावी पत्नीचे नाक, डोळे कसे आहेत, ते पाहण्याला भिकोबा फार आतुर झाले होते. ते म्हणाले,

''रूपाबद्दल काही आई तक्रार करणार नाही.''

''वाचूनबिचून घ्यायचं असलं तर ते घे बाबा, नाहीतर मागाहून म्हणशील, की आईनं माझ्या गळ्यात ही घोरपड बांधली.''

''घोरपड सुद्धा काही वाईट नसते! यशवंती घोरपड होती, म्हणून तानाजीनं सिंहगड सर केला!'' जहागीरदारांनी ठासून सांगितले. नंतर मुलीकडे वळून ते म्हणाले,

''सोनूबाई एखादं उत्तमसं गाणं म्हणता का?''

कोकिळा, बुलबुल वगैरेंपैकी एखाद्या पक्ष्याचा मधुर स्वर आपल्या कानांवर पडणार, अशा अपेक्षेने भिकोबा कान देऊ लागले. पण सोनूताईने मनुष्यप्राण्याच्याच आवाजात सुरुवात केली,

जन म्हणती, देवा, तार । घे, देवा नवा अवतार ।।धृ.।।

आसामदेश अति मोठा । किति मजूर भरती पोटा ।

पाळणा मळा बाळाचा । किति तऱ्हा सांगु खेळाच्या ।

सोडुनी आईबापांना । ये भक्तासाठी राणा ।

उकळते चुलीवर अधण । करूनिया हासरे वदन ।

उडि टाकी हरहर म्हणुन ।

हा चहादेव बघ आला । दुनियेचा पालनवाला ।।

कालिदास, शेले, गडकरी वगैरे सर्व कवींना थक्क करून सोडणारे हे गीत भिकोबा आश्चर्ययुक्त मुद्रेने ऐकत होते. इंग्रजी वाङ्मय इतके विपुल व संपन्न, पण या गाण्याच्या तोडीची कविता त्या वाङ्मयात असेल की नाही, याची त्यांना शंका येऊ लागली. ते पुढे काही तरी बोलणार, तोच जहागिरदार म्हणतात,

''या जहागीरदारीच्या पायी सोनूताईला खेड्यात राहावं लागलं. नाही तर तिला अशी विद्वान करून सोडली असती म्हणता! पण करणार काय! शिवाय हिला गायला येऊन तरी काय करायचंय म्हणा! तुमच्यासारखे वकील नाटक कंपनी थोडीच काढणार आहेत.''

आवाजानंतर अक्षर पाहावे, या हेतूने कागद व पेन्सील देऊन भिकोबांनी सोनूताईला एक वाक्य लिहायला सांगितले.

''आमच्या जहागिरीचे उत्पन्न पाच हजार आहे.''

भिकोबांनी वाक्य तपासायला हाती घेतले.

'आमच्या चहागिरीचे उत्पन्न पाच हजार आहे.'

पुन्हा त्यांनी दुसरे वाक्य घातले.

''जहाल पक्षच देशाचे खरे कल्याण करील.''

सोनूताईंनी लिहून दिले,

'चहाळ पक्षच देशाचे खरे कल्याण करील.'

पोरीच्या हातातून चहाची नदी वाहत होती, अशी वकीलसाहेबांची खात्री झाली, ते आपल्या श्वशुरांकडे वळून म्हणतात,

''च आणि ज सारखेच लिहिते वाटतं ही!''

''लहानपणीच आई वारली. जहागीर म्हटली, म्हणजे दररोज हजार-पाचशे माणूस येऊन चहा पिऊन जाणार. ती देखरेख करता करताच हिच्या नाकी नऊ येतात. शिवाय 'ज' बद्दल 'च' आलेला काही वाईट नाही. पुस्तक जाळलं, याच्याऐवजी पुस्तक चाळलं, असा चांगलाच फरक पडायचा लिहिण्यात.'' नंतर आईसाहेबांकडे वळून ते म्हणाले, ''मग काय ठरतोय आपला विचार?''

''भिकू सांगेल, त्याच्याबाहेर मी नाही.''

''अन् मी आईच्या सांगण्याबाहेर नाही.''

''पण सांगत मात्र कुणीच नाही. मी जरा स्पष्ट बोलतो, याची क्षमा करा. जहागिरीच्या गावी मला लवकर परत गेलं पाहिजे, म्हणून ही लग्नघाई करतो आहे. शिवाय आमचा व्यवहार, म्हणजे त्यात उधारीची बात नाही. हो म्हटलं तर लगेच गावात जाऊन चार लोकांना तुमची वकिली कशी काय चालली, ते विचारणार. ठीकशी दिसली, की कन्यादानाचं पाणी सोडलंच, म्हणून समजा. तुमच्या वकिलीत काही राम नाही, म्हणून लोकांनी सांगितलं तर आमची सीता घेऊन आम्ही मोतीचूरला परत जाणार!''

भिकोबा व त्यांची आई या दोघांनाही मोठा पेच पडला. जिथे धन तिथे गुण, हा जगाचा न्याय नित्य अनुभवाला येत असताना जहागीरदाराच्या मुलीचा केवळ ती काळी अगर कुरूप आहे, म्हणून अव्हेर करणे दोघांनाही जड वाटत होते. पण त्याचबरोबर विजेप्रमाणे उमटणाऱ्या या जहागीरदारावर पूर्ण विश्वास ठेवावा की नाही, याबद्दल त्यांचा ठाम विचार ठरत नव्हता.

एक मन सांगे,

'ही सोन्यासारखी संधी गमावू नये.'

दुसरे मन म्हणे,

'हे सोने आहे की सोन्याचा मुलामा आहे, याचा नीट विचार करा.'

शेवटी आईच म्हणाली,

“हे दागिने इथेच असू देत, विचार करून संध्याकाळी उत्तर देऊ आम्ही.”

उंची चहाप्रमाणे उंची हास्यही श्रीमंती दाखविते, असे वाटत असल्यामुळेच की काय जहागीरदारांनी स्वत:च्या वाड्याला नसतील, इतके मजले स्वत:च्या हास्यावर चढविले.

“दागिने खरे की खोटे, याची तुम्ही परीक्षा करविणार... होय की नाही? खुशाल करवा. अहो, कर नाही त्याला डर कशाला पाहिजे? खरा रुपया तुम्ही हातावर वाजवा, नाही तर दगडावर वाजवा, तो खण्ण करणारच. चला रामभटजी, आम्हालाही यांच्या वकिलीविषयी चौकशी केली पाहिजे.”

जहागीरदारसाहेब उपरणे वगैरे झाडून उठण्याचा अभिनय करू लागले.

भिकोबांची गाळण उडाली. आपल्या पोकळ वकिलीची अब्रू कशी राखायची, हे त्यांचे त्यांना कळेना. झाकली मूठ सव्वालाखाची उघडली की फुकाची, अशी स्वत:ची वकिली. मग हात दाखवून अवलक्षण करून घ्या कशाला? त्याने आपले उत्पन्न फुगवून दाखविले असेल. पण बैलाएवढे फुगवायला ते मुळात बेडकाएवढे तरी असेलच की नाही? एकदा वकील होऊन आपण चुकलो खरे. त्या वकिलीच्या आमिषाला भुलून आलेले हे सावज हातचे सोडता उपयोगी नाही.

“हे पाहा,” भिकोबा म्हणाले, “एकमेकांचं आता नातं जुळणार. मग उभयपक्षी अविश्वास उपयोगी नाही.”

“म्हणच आहे ना, जिथं विश्वास तिथंच करावा वास.”

“तेव्हा आम्ही कोणी हे कुणाला दाखवायला जात नाही, तुम्हालाही काही इतर चौकशी करण्याचं कारण नाही.”

“ठरलं तर मग!” मोठ्या विजयी मुद्रेने जहागीरदार म्हणाले, “सोनूताई, आता असा चहा करशील की यंव! पूर्वी मंतरलेलं पाणी शिंपडून एखाद्याला आपल्यामागं कुत्रं करून नेता येत असे. आजचा चहा असा बनला पाहिजे, की तो पिताच सासूबाई न् पतिराज तुझ्या भजनीच लागतील.”

सोनूताईच्या हातचा चहा आता आपल्याला जन्मभर प्यायला मिळणार, हे मनात येऊन भिकोबांचा दिल अगदी खूश होऊन गेला. लग्न तडकाफडकी उरकावयाचे, हा तर जहागीरदारांचा मुख्य मुद्दा होता. मोतीचूरला लग्न केले, तर आपल्याला कमीत कमी दहा-वीस हजार रुपये खर्च येईल, असे त्यांनी सांगितले. ही उधळपट्टी पर्यायाने आपल्याच उत्पन्नातून होणार, म्हणून भिकोबा लग्न इकडेच कुठे तरी उरकून घ्यावे, असे म्हणू लागले. जहागीरदारांनी आपण देखील देवीला नवस केला असल्याचे सांगताच म्हाडदळलाच चतुर्भुज होणे भिकोबांनी पसंत केले. लग्नाच्या बाबतीतही या कानाची बातमी त्या कानाला लागू द्यायची नाही, असे धोरण त्यांनी ठरविले. आपली वकिली म्हणजे वाळूचे घर आहे; लग्नाची कुणकुण कुणाला

कळली, तर एखादा विघ्नसंतोषी मनुष्य मध्येच बिब्बा घालायचा; तेव्हा सारे काम गुपचूप करायचे, असे मुत्सद्दीपणाचे धोरण वकीलसाहेबांनी स्वीकारले.

जहागीरदारांनीही सोन्याच्या सुईनेच रामभटजींचे तोंड शिवून टाकले.

बँकेतले हजार रुपये काढून त्यांचे दागिने करण्याचे आईचे धोरण मात्र भिकोबांना मुळीच पसंत पडेना.

"माहेरचे दहा हजाराचे पडणार आहेतच की अंगावर!" ते पुन:पुन्हा म्हणत.

"म्हणूनच सासरचे हजाराचे तरी पाहिजेत. खोगीर माहेरचे असले, तरी लगाम तरी सासरचा पाहिजेच. नाही तर लोक उद्या आपल्याला तोंड वर काढू देणार नाहीत." आईचं ठरावीक उत्तर येई.

आईचे मत बदलत नाही, असे पाहून भिकोबांनी आपली वार्षिक शंभर रुपये उत्पन्नाची जमीन गहाण ठेवून पैसे उभे करावयाचे ठरविले. लग्नातच रुसून सासऱ्याकडून हजार रुपयांची रक्कम आपण मिळवू व हे कर्ज फेडून टाकू, अशी त्यांना उमेद होती. भारी व्याजाने एका पाषाण-हृदयी सावकाराकडून एका महिन्याच्या मुदतीने त्यांनी हजार रुपये आणले व "ही घे आई, बँकेतली रक्कम!" म्हणून ते आईच्या स्वाधीन केले. दोन-चार दिवसांतच त्या रुपयांचे दागिन्यांत रूपांतर झाले.

गावातल्या कुणाही मित्राला पत्ता न लागू देता भिकोबा पसार झाले व चार दिवसांत चतुर्भुज बनून परत आले. त्याचे सासरे मात्र मोतीचूरहून निकडीची तार आल्यामुळे म्हाडदळहून परस्पर तिकडे निघून गेले. बायकोला 'मोत्यांचे सारे दागिने दिले आहेत ना वडिलांनी!' म्हणून खोदखोदून विचारायला वकिलांनी कमी केले नाही. वकिलीणबाईंनी 'हो' म्हणून सांगितल्यामुळे भिकोबांची स्वारी मोठ्या रंगात आली. सासरे निरोप घेऊन जाऊ लागले, तेव्हा "आठ-पंधरा दिवसांत मला काही गरज लागली, तर आपल्याला लिहीन", असे भीड सोडून बोलायलाही त्यांनी कमी केले नाही. "लिहा, अवश्य लिहा." सासऱ्यांनी त्यांना आशीर्वाद दिला.

घरी आल्यावर एक-दोन दिवस सोनूताईंचा चहा वधूपरीक्षेच्या दिवशीच्या चहाप्रमाणे चटकदार झाला. पुढे मात्र ती लज्जत येईना. भिकोबांनी एक-दोन दिवस वाट पाहून "चहा का बिघडतो हल्ली?" असा पत्नीला सवाल केला.

"अफू संपली आहे." तिने भीत भीत उत्तर दिले.

"अफू?" भिकोबा वीज अंगावर पडल्याप्रमाणे घाबरून म्हणाले.

सोनूताई पुढे काहीच बोलली नाही. चहाची लज्जत त्यातल्या अफूमुळे उत्पन्न होत होती, हे भिकोबांना आता पक्के कळले. पण जीव देण्याकरता अफू पाहिजे, म्हटले, तरी ती आणायला देखील त्यांच्यापाशी पैसे नव्हते, मग चहासाठी अफू

कुठून आणणार? जहागीरदारांच्या घरात अफूसारख्या गोष्टी बंड असायचेच, असे त्यांनी आपल्या साशंक मनाचे कसेबसे समाधान केले.

आठ दिवसांनी त्यांनी श्वशुरांना एक पत्र लिहिले. त्या सौभाग्यवती क्षेम असून आपल्याला एक हजार रुपये त्वरित पाहिजेत, असे मोठ्या अदबीने व गोड शब्दांनी लिहिले होते. भिकोबांचे अक्षर वाईट नसल्यामुळे व हे त्यांचे श्वशुरांना पहिलेच पत्र असल्यामुळे पत्रावरील पत्ता पूर्णपणे सुवाच्य होता, पण पाप्याला परमेश्वर जसा सापडत नाही. त्याप्रमाणे पोस्ट खात्याला मोतीचूरचे जहागिरदार कुठेच मिळाले नाहीत. 'Try Motipur' अशासारखे प्रयत्नवादी छाप आणि मृत्यूची आठवण करून देणारा डेड लेटर ऑफिसचा शिक्का यांनी अलंकृत होऊन ते पत्र पंधरा दिवसांनी परत भिकोबांच्याकडे आले. आपले श्वशुर मोतीचूरला कदाचित नसतील पण हे बाहेरगावी गेले असले तरी पत्र परत का यावे, हे त्यांना कळेना.

नवे केलेले दागिने विकावे, तर आईला संशय यायचा. तेव्हा सावकाराचा वायदा सांभाळण्याकरता बायकोकडेच एखादा मोत्यांचा दागिना मागण्याचे त्यांनी ठरविले. लग्न झाल्यापासून तिने कधीही ते अंगावर घातले नव्हते.

"नवऱ्यापेक्षा बायकांची दागिन्यांची पेटीच भाग्यवान असते. बिचाऱ्या नवऱ्याला त्या दागिन्यांचा काहीच उपयोग नसतो." ते म्हणाले.

"माझे दागिने ते आपलेच नव्हेत का? नि मला ते घालायला नकोत, असं थोडंच आहे? पण बाबांनीच ते अंगावर घालू नकोस, म्हणून सांगितलं आहे. हवं, तर देते त्यातला एखादा मी. पण एक कबूल केलं पाहिजे माझ्यापाशी. इथं आल्यापासून चिवडा, भजी, श्रीखंड काही म्हटल्या काही बघायला देखील मिळत नाही. बाजारातून दररोज आणून दिलं पाहिजे मला काही तरी." पत्नीने उत्तर दिले.

दुसऱ्या एखाद्या वेळी असल्या खादाड बायकोचा भिकोबांना राग आला असता. पण करतात काय? 'अडला पती, घेई बायकोचे पाय माथी' जहागीरदारांची मुलगी, माहेरी खाण्याचे चोचले चालत असतील, माणसाची सवय काही एका दिवसात मोडत नाही, असे म्हणून सोनूताईला दररोज बाजारातून काही तरी आणून द्यायचे त्यांनी कबूल केले व मोत्यांच्या काकणांची एक जोडी पदरात पाडून घेतली.

दुसरे दिवशी सकाळी मोती पारखणारा मनुष्य येणार होता. त्याची वाट पाहत भिकोबा दारात उभा होता. इतक्यात समोरून माठेवाड्याचे रामभाऊ आले. त्यांनी दुरूनच गर्जना केली.

"खरे वकील आहात बुवा लग्न झालं याचा कुणाला पत्तादेखील लागू दिला नाही. असं चोरून ठेवायला लग्न म्हणजे खोटी साक्षबिक्ष तर नाही ना?"

रामभाऊ घरच्या पायऱ्या चढले. भिकोबांचा नाइलाज झाला. घरात दोन पेले

चहा ठेवायला सांगून ते रामभाऊंना येऊन आपल्या न्यायमंदिरात जाऊन बसले.

''काय, रामभाऊ, नवीन बातमी काय आहे?''

''तुमचं लग्न झालं हीच!''

''ही आम्हाला तर जुनीच आहे. दुसरी सांगा ना एखादी.''

''कालच्याच नव्या काळात आली आहे पाहा. ते कांदेवाडीतले चहाचं हिंदू दुकान अगदी पर्शियनसारखा चहा होतो, म्हणून सांगत होतो पाहा...''

''हं...'' त्या चहाची व अफूची आठवण होऊन भिकोबा म्हणाले.

''त्या दुकानात चोरटा जुगार चालत असे, म्हणून मी ते सोडलं. नुसता चोरटा जुगारच नव्हता रे. त्या दुकानदाराने जुगार खेळायला येणाऱ्या एका माणसाचे खरे दागिने चोरून त्यांच्याऐवजी खोटे मोत्यांचे दागिने ठेवले म्हणे. स्वारी दीड महिन्यापूर्वी फरारी झाली आहे. पोलिसांनी अगदी कसून तपास चालविला आहे त्याचा व दागिन्यांचा. तो महिन्यापूर्वीच सावंतवाडीला आला असल्याची बातमी आहे पोलिसांना. आश्चर्य आहे की नाही?''

भिकोबा काहीच बोलले नाही. पण त्यांच्या चेहऱ्यावर मात्र आश्चर्य पूर्णपणे दिसत होते.

''बरं, जातो आता मी.'' इतका वेळ बसूनही लग्नाचा चहा मिळत नाही, असे पाहून रामभाऊ जरा कुऱ्यानेच म्हणाले.

''बसा ना जरा.''

''बसायला फुरसद कुठं आहे हो? ते सहावीचे मास्तर, कुठं बरी नोकरी मिळाली, म्हणून चार दिवसांपूर्वी एकदम निघून गेले. त्याचं काम आमच्यावर पडलं आहे ना? रिकामी जागा भरायला, नाही म्हटलं तरी महिना पंधरा दिवस तरी खास लागणार!''

इतक्यात सोनूताई चहाचे दोन पेले घेऊन आल्या. भिकोबा पुढे जाऊन पेले घेऊ लागले. रामभाऊ हळूच चोरून आपल्या वहिनींचा मुद्रा-परिचय करून घेत होते. त्यांच्याकडे सोनुताईंची दृष्टी जाताच त्यांच्या हातातील पेला खळकन जमिनीवर पडला.

''धांदरट कुठली. जा, दुसरा पेला घेऊन ये न् मग हे तुकडे भरून टाक!''

आपल्या हातातील पेला रामभाऊंपुढे ठेवून भिकोबा म्हणाले,

''घ्या. रामभाऊ, घ्या.''

''ह्या आता आल्या होत्या, त्यांचं तुमचं काही नातं आहे का?''

भिकोबा खो खो हसू लागले.

''नातं? अगदी जवळचं आहे.''

''जवळचं?'' चिंतातुर चेहऱ्याने रामभाऊंनी विचारले,

"हो. गृहस्था, माझी बायकोच ना ही!''

भूत दिसावे, त्याप्रमाणे रामभाऊ चपापले.

"का बुवा, चपापलातसे?''

"ह्या तर त्या कांदेवाडीतल्या दुकानदाराच्या मुलीसारख्या दिसतात.''

"रामभाऊ, थट्टा झाली तरी तिला काही मर्यादा असावी...'' भिकोबा चिडून म्हणाले.

रामभाऊ मुकाट्याने चहा प्यायले व नमस्कार करून निघून गेले.

भिकोबा रामभाऊंच्या भाषणाचा जो जो विचार करू लागले, तो तो आपण जहागीरदाराऐवजी एका जुवेबाज व लफंग्या चहावाल्याचे जावई झालो, अशी त्यांची खात्री झाली.

सोनूताईला हात धरून फरफटतच त्यांनी आपल्या वकिली दिवाणखान्यात आणले व टेबलावरील सर्व कोडांच्या साक्षीने कांदेवाडीतील दुकानाविषयी प्रश्न विचारले, मुळुमुळु रडत तिने आपल्या बापाचे कांदेवाडीत चहाचे दुकान होते, हे कबूल केले. हे ऐकून भिकोबा रागारागाने तिच्या पाठीत रपाटा घालणार, तोच मोती पारखण्याला आलेल्या इसमाने खालून हाक मारली,

"वकीलसाहेब!''

वकीलसाहेबांनी वकिलीणबाईंना सोडून देऊन त्याला ओ दिली. ती मोत्यांची काकणे त्याला दाखवावी की नाही, याचा त्यांना विचार पडला. परंतु सोक्षमोक्ष काय तो एकदाच होऊन जाऊ द्या, असा विचार करून त्यांनी ती त्याच्यापुढे ठेविली. ती हातात घेऊन निरखून पाहताच तो म्हणाला,

"वकीलसाहेब, कोर्टांत खोटी साक्ष पचत असली, तरी आमच्या नजरेपुढं खोटा मोती टिकत नाही.''

त्याची समजूत घालून त्याला वाटेला लावता लावता भिकोबाची पुरेवाट झाली.

सावकाराचा महिना भरत आला, व्याज देण्याचे देखील आपल्याला बळ नाही, आईला हजार रुपयांची गोष्ट सांगायची कशी, सावकार जमीन खाऊन बसला, तर वर्षाचे शंभर रुपयांचे खात्रीचे उत्पन्न आहे, तेही जाणार, जहागीरदाराचा जावई होता होता एक पोट मात्र आपण जास्ती मागे लावून घेतले, या सर्व विचारांनी वकिलांचे डोके भणाणून गेले.

खालून जॉनची हाक ऐकू आली,

"वकीलसाहेब!''

त्यांनी मुकाट्याने टेबलावरील कागद घेऊन शाळेतील जागेबद्दल अर्ज लिहिण्याला सुरुवात केली.

■

वसुधैव कुटुंबकम्

''**व**कीलसाहेब, अहो वकीलसाहेब, लक्ष्मीपूजनाला येता ना मोतीलाल शेटजींकडे?''

धनेश्वर वकिलांच्या माडीवरून मुळीच उत्तर आले नाही. हाका मारणारी मंडळी पुढे चालू लागली. चालता चालता एक म्हणाला,

''मिळाले असेल एखादे घबाड!''

''पुरुषस्य भाग्यम्! वकिलीची सनद काढून दोन वर्षे झाली नाहीत, तोच स्वारी खोऱ्याने पैसे ओढू लागली.'' दुसरा उद्गारला,

''ज्यांचे कूळ शोधू नये, असे ऋषितुल्य वकील पैशाला पासरीभर झाले आहेत, म्हणून धनेश्वरांचे कौतुक वाटते.'' तिसऱ्याने मल्लिनाथी केली.

पहिला : पण सुटीत कसली कुळांची कर्मकटकट घेऊन बसतात हे?

दुसरा : त्यांचे लक्ष सध्या दुसऱ्या कुळापेक्षा स्वतःच्याच कुळाकडे- कुलदीपकाकडे, म्हणा ना- लागले आहे.

तिसरा : दीपिकेकडे म्हण, धनेश्वरांना मुलगी झाली आहे. मुलगा नाही!

पहिला : जगात मूल काय ते यालाच आहे वाटते! काही नाही, तरी आमचे कुटुंब पाच-सहा वेळा बाळंतपणासाठी माहेरी गेले! पण मी नाही बसलो कधी अशी जपमाळ घेऊन. त्यात काय आहे एवढे? दिवसामागून रात्र आणि रात्रीमागून दिवस, हे रहाटगाडगे चाललेच आहे जगात. बाळंतपणाकरिता बायको माहेरी जायची व बाळंत झाल्यावर तीन-चार महिन्यांनी परत यायची, हे ठरलेलेच आहे!

दुसरा : तुम्ही बुवा पडला मोठे तत्त्वज्ञ, सुखदुःख सारखे मानणारे! इथे असली, तरी काय न् नसली तरी काय, सारखेच तुम्हाला. पण धनेश्वरांचे सगळेच खाते निराळे आहे. बायको बाळंत होऊन चारच महिने झाले असतील पण ते तिच्या वाटेकडे डोळे लावून बसले आहेत.

पहिला : वाट पाहता पाहता याच्या डोळ्यांची वाट लागणार, झाले!

तिसरा : फत्तराला फुलाचे मन काय कळणार? म्हटले, माया वेडी असते, गेला एक महिना तर धनेश्वरांचे कोर्टाच्या कामांत फारसे लक्षच नाही. बायकोचा न् मुलीचा फोटो गेल्या पंधरवड्यात आला आहे. लिहिताना टेबलावर, निजताना उशाशी आणि कोर्टांत जाताना बॅगमध्ये तो फोटो असतोच असतो.

पहिला : वेडाला काय शिंगे असतात निराळी? उद्या बायको मेली, तर काय अंगाला राख फासून हा संन्याशीच होणार, वाटते?

दुसरा : तुझ्या जिभेला बुवा हाडच नाही. इतक्यात त्याची बायको मरायला काय झाले आहे? बाकी तसा प्रसंग आला, तर तो वेडाच होऊन जाईल म्हणा!

तिसरा : अशी थट्टा करण्यात काय अर्थ आहे? परवा बंगालच्या कटाच्या खटल्यात काही इतकी जळजळणाऱ्या हृदयांची व खळखळणाऱ्या रक्ताची माणसे फाशी गेली. त्यांच्या बायका काय वेड्याच झाल्या आहेत? कोमल अंतःकरणाच्या बायका जिथे वेड्या होत नाहीत, तिथे पुरुष कसले वेडे होणार? ज्याने बर्फ वितळत नाही, असल्या उन्हाने दगड कसा वितळणार?

बोलता बोलता मंडळी मोतीलाल शेटजींच्या दुकानासमोर आली व आत शिरली.

धनेश्वर वकिलांनी ही मंडळी किंचित पुढे गेल्यानंतर खिडकीतून डोकावून पाहिले होते. अधिक हाका मारण्याच्या भरीला न पडता ते त्रिकूट पुढे गेलेले पाहून त्यांना आनंद झाला. ते टेबलापाशी आले व गुलाबाचे फूल घातलेल्या पत्नीच्या फोटोकडे पाहून म्हणाले,

'लक्ष्मीपूजन! चोपड्यांची पूजा करून लक्ष्मीपूजन करणाऱ्या या लोकांना काय म्हणावे? माझी लक्ष्मी ही- प्रेमाचा जमाखर्च ठेवणारी व हृदयाच्या व्यापारात कधीही ठोकर लागू न देणारी गृहलक्ष्मी सोडून पांढऱ्यावर काळे केलेल्या चोपड्यांची पूजा कोण करीत बसणार? या फोटोकडे पाहिले, म्हणजे मला झालेला लाभही स्पष्ट दिसतो. माझ्या लक्ष्मीने मला हे रत्न दिले आहे. नाव तरी किती गोड ठेविले आहे मुलीचे! 'वसुधा'! माझी लक्ष्मी म्हणजे जगातील सगळी संपत्ती आणि माझी वसुधा म्हणजे सगळी पृथ्वी! या दोन्ही मला मिळाल्यावर माझ्यासारखा सखा दुसरा कोण आहे? पण ह्या मिळणार केव्हा? उद्या तर बलिप्रतिपदा. दुपारच्या गाडीने मंडळी यायची? पण संध्याकाळ झाली, तरी पत्ता नाही. दुपारची गाडी चुकली की

काय? खरेच सध्या आमच्याकडे विमाने असती, तर किती बहार आली असती!'

दरवाजावर कुणी टिक टिक केल्यामुळे धनेश्वरांनी खोलीचे दार उघडले. त्यांचा कारकून आत आला व म्हणाला,

''नवीन कज्जा आला आहे एक.''

''मी बायकोची वाट बघतो आहे, कज्जाची नाही.''

''पण हजार, पाचशे तरी सहज मिळतील!''

''गावात इतके वकील पडले आहेत. जा म्हणावे त्यांच्याकडे.'' धनेश्वरांनी धाडकन दार लावले. ते स्वतःशीच पुटपुटले, 'मला या वेळी वसुधेचे मुके बोल ऐकायचे आहेत; रुपयांचा खणखण नाद ऐकायचा नाही. तिच्याशी गोष्टी करायला पाहिजेत; मारामाऱ्या न् खून यांच्या गोष्टी नको आहेत!'

पुन्हा दार वाजले. धनेश्वरांनी ते रागारागाने उघडले. तार घेऊन पोस्टाचा शिपाई आला होता. धनेश्वरांनी थरथर कापणाऱ्या हाताने सही केली व तो पिवळा लखोटा फोडला. 'आगगाडीचा अपघात- बायको, मुलगी व मेव्हणा दगावली' हे शब्द वाचताच त्यांच्या डोक्यावर एकदम वज्राघात झाला. क्षणभर त्यांना घर गरगर फिरत आहे, असे वाटले व दुसऱ्याच क्षणी ते मूर्च्छा येऊन जमिनीवर पडले!

कालासारखा प्रवासी जगात दुसरा कोणीच नाही. कोट्यवधी वर्षांपासून तो एकसारखा चालत आहे. पण तो क्षणभरदेखील विश्रांतीकरिता कुठे थांबत नाही. त्याच्या मार्गावरील वृक्ष सुखाच्या वसंताने पल्लवयुक्त झालेले असोत वा दुःखाच्या हेमंताने निष्पर्ण झालेले असोत, लष्करी शिस्तीत रुळलेल्या शिपायाप्रमाणे काळ प्रमाणबद्ध पावले टाकीत पुढेच जातो. धाडसी संशोधकांनी जिवाचे रान करून मोठमोठ्या नद्यांचे उगम शोधून काढले आहेत, पण बाल यमुनेचा उगम कुणीही पाहिलेला नाही. मनुष्याने पंचमहाभूतांना आपले दास केले आहे. पण काळाला एक पळभर थांबविण्याची शक्ती अद्यापिही त्याला सापडली नाही. एका डोळ्यात आनंदाश्रू, तर दुसऱ्यात दुःखाश्रू, एका कानात विवाहाचे मंगल मंत्र तर दुसऱ्या हातात यमाचा पाश, एका पायात आशेचा घुंगुरवाळा, तर दुसऱ्या पायात निराशेची तुटणारी आतडी! विचित्र वेषाने काळपुरुष युगानुयुग आपला प्रवास करीत आहे.

मूर्च्छित पडलेल्या धनेश्वर वकिलांकडे त्याने ढुंकूनदेखील पाहिले नाही. तो असाच पुढे चालता झाला. मोर्ले-मिंटो सुधारणा त्याला भेटायला आल्या, 'न भूतो न भविष्यति' अशा दिल्ली दरबाराने त्याला आमंत्रण दिले, आपली तुरुंगातली तपश्चर्या पुरी करून लोकमान्यांनी गीतारहस्य त्याला अर्पण केले; या सर्वांचा त्याने आदराने स्वीकार केला, पण आपली गती मात्र पूर्ववत चालू ठेवली. गीतारहस्याचा

स्वीकार करीत असताना महाराष्ट्रात सामर्थ्यसंपादन, धर्मसंघटन इत्यादी बाबतीत जागृती करणारी स्वामी वसुधानंदांची व्याख्याने त्याला ऐकू येऊ लागली. समर्थ संप्रदायाप्रमाणे वागणारा त्यांचा शिष्यवर्ग त्याच्या डोळ्याला दिसू लागला. पण थांबणे हा शब्द काळाच्या कोशात नव्हता. तो पुढेच चालला व गोखले, मेथा, दादाभाई, टिळक यांच्या भेटीसाठी स्वर्गात जाणाऱ्या दासबाबूंनाही त्याने पाहिले.

स्वामी वसुधानंद ओवरीमध्ये एकान्तात ध्यानधारणेकरिता बसले होते. बाहेर घाटावर गुरुद्वादशीकरिता आलेल्या यात्रेकरूंची मुंग्यांप्रमाणे रांग लागली होती. देवळातील घंटा सारखी खणखण वाजत होती व 'श्री गुरुदेव दत्त' हे नामस्मरण अखंड ऐकू येत होते. स्वामींच्या पुढे दत्ताच्या पादुका होत्या पण त्यांचे लक्ष पादुकांपेक्षा हातातील फोटोकडेच होते. दुरून जर कुणी स्वामींना पाहिले असते, तर त्यांच्या हातातील फोटो एखाद्या देवतेचा अगर मूर्तीचा आहे, असे त्यांना वाटले असते, पण त्या फोटोत दत्ताप्रमाणे तीन तोंडे दिसत नव्हती. दोन चेहरे दिसत होते. तो देवाचा फोटो नसून देवीचा फोटो होता आणि त्या देवीचे स्वरूप महिषासुरमर्दिनीचे नसून मांडीवर तान्हे बाळ घेतलेल्या गृहलक्ष्मीचे होते. फोटोकडे पाहता पाहता स्वामींच्या डोळ्यांत अश्रू उभे राहिले. ते गहिवरून उद्गारले,

'सोळा वर्षे झाली, मी संसार सोडला पण संसार काही मला सोडत नाही. हा फोटो अजून पाहावासा वाटतो; तो पाहिला की अजून रडू येते. असे का व्हावे बरे? सोळा वर्षांत स्वामी वसुधानंद म्हणून मी प्रसिद्ध झालो. सगळ्या पृथ्वीवर माझे प्रेम आहे, म्हणून मी 'वसुधानंद' नाव घेतले, असे लोकांना व शिष्यांना वाटते. पण त्या नावाची स्फूर्ती अफाट पृथ्वीपेक्षा या फोटोतील टीचभर जिवाने- आईच्या मांडीवर खेळणाऱ्या या तीन महिन्यांच्या वसुधेने- दिली, असे सांगितले तर ते कुणाला खरे तरी वाटेल का?' तीन महिन्यांचे हे फूल आगगाडीखाली चिरडून, देवाधिदेवा, तू काय मिळवलेस? अज राजाच्या वेळी इंदुमतीसारख्या कोमल पुष्पाला स्वर्गी नेण्याकरिता नारदाच्या वीणेवरील पुष्पमाळा देवाला टाकता आली आणि माझ्या वसुधेसारख्या फुलाला मात्र आगगाडीखाली..! कुठे ते कोमल फूल आणि कुठे ती...'

बाहेर पावले वाजल्यासारखी वाटली. वसुधानंदांनी फोटो तत्काळ आपल्या छाटीखाली लपविला. ते मनात म्हणत होते,

'लोक मला पूर्णपणे विरक्त समजतात; पण खरे काय, ते या फोटोलाच माहीत!'

"कोण आहे बाहेर?" स्वामींनी विचारले.

"मी तो राष्ट्रानंद, माझे पूर्वाश्रमीचे एक स्नेही आपल्याला भेटायला आले आहेत." बाहेरून उत्तर आले.

"या, आत या..." स्वामी म्हणाले.

दोघे तरुण- एक संन्यासी व एक गृहस्थ- आत आले. स्वामींनी दोघांनाही प्रेमपूर्वक बसावयास सांगितले.

स्वामी : तुम्ही आमच्या राष्ट्रानंदाचे स्नेही वाटते?

गृहस्थ : होय, गतवर्षी तो न् मी बरोबरच बी.ए. झालो. आम्ही एकाच गावचे; अगदी शिवेशेजारी.

स्वामी : आज इकडे गुरुद्वादशीला आला वाटते? देवदर्शनाची इतकी आस्था सध्याच्या सुशिक्षितांत फार क्वचित आढळते.

गृहस्थ : देवदर्शन तर खरेच! पण आपल्यासारख्या साधूंचे दर्शन झाल्यामुळे दुधात साखर पडली.

स्वामी : आम्ही क्षुद्र माणसे... हातून काय होईल, ती समाजरूपी सच्चिदानंदाची सेवा करतो.

गृहस्थ : विद्येप्रमाणे सेवाही विनयाने शोभते. आज स्वामी वसुधानंदांचे कर्तृत्व माहीत नाही, असा महाराष्ट्रात कोण आहे? आपण देशासाठी वकिलीची पगडी फेकून जटाजूट धारण केला नि तलम मलमल झिडकारून अंगाला राख फासली, हे प्रत्येक जण जाणतो. लक्ष्मीला लाथ मारून आपण सेवेचे कंकण हातात बांधले आहे; आपण ठिकठिकाणी आखाडे स्थापून तरुण पिढीचे मनगट जोरदार करण्याची खटपट केली आहे; हिंदूधर्ममंडळे स्थापून धार्मिक उन्नतीचा मार्ग दाखविला आहे. आमचे राष्ट्रानंद तुमचे शिष्य झाल्यास सहा महिने झाले असतील नाही?

स्वामी : राष्ट्रानंद खरोखर फार कर्तबगार आहेत. माझे शिष्य आहेत म्हणून सांगतो, असे नाही.

गृहस्थ : (हसत) कर्तबगार तर खरेच. स्वारीने सहा महिनेपर्यंत आपण कुठे आहो, याचा सुगावाच लागू दिला नाही कुणाला! अगदी अलीकडे कळले, की ते आपल्याबरोबर असतात म्हणून. पण स्वामीजी, मला एक शंका आहे.

स्वामी : खुशाल विचारा! तुमच्यासारख्या तरुणांनी या प्रश्नांचा विचार करावा, हीच माझी इच्छा आहे.

गृहस्थ : तुम्ही करता हे सगळे कोणासाठी?

स्वामी : समाजासाठी.

गृहस्थ : मग समाजालाच त्यामुळे त्रास होत असला तर?

स्वामी : समाजाला त्रास?

गृहस्थ : आडपडद्याने कशाला बोलले पाहिजे? हा सूर्य आणि हा जयद्रथ केले

म्हणजे बरे! राष्ट्रानंद तुमच्यापुढे बसला आहे. त्याची बायको आता घाटावर स्नानाला गेली आहे. तिला घेऊन येतो म्हणजे झाले.

राष्ट्रानंद : (बावरून) काय, ती आली आहे इतर मंडळींबरोबर?

स्वामी : राष्ट्रानंद, तू पत्नीची परवानगी घेऊनच इथे आलास ना?

राष्ट्रानंद : होय.

गृहस्थ : पत्नीची परवानगी! राजाने राणीला मी लढाईवर जातो, म्हणून सांगितल्यावर रडण्याखेरीज तिच्या बापडीच्या हातांत काय आहे?

स्वामी : या राष्ट्रानंदाची बायको याच्यासाठी रडत असते म्हणता?

गृहस्थ : देवाच्या मूर्तीच्या पायांवर डोके ठेवून जर ती रडत बसली असती, तर ती मूर्ती आसवांनी भिजून तिच्याप्रमाणेच कृश झाली असती. नवरा विरक्त झाला पण तो कुठे गेला, हे बिचारीला माहीत नाही. जेवणाच्या वेळी तो उपाशी असेल, म्हणून ही जेवत नाही. हळदीकुंकवाला जायचे असेल, तर तो नेसत्या लंगोटीवर राहत असेल, म्हणून ही नवे लुगडे नेसत नाही.

स्वामी : अरेरे! गरीब बिचारी मुलगी!

गृहस्थ : स्वामीमहाराज, थोडे स्पष्ट बोलतो, याबद्दल क्षमा करा. आपण अशा प्रेमळ बायकोला सोडून संन्यास घेतला असता का?

राष्ट्रानंद : उचलली जीभ न् लावली टाळ्याला! महाराज काय तुमच्यासारखे संसाराच्या शेणातले किडेच आहेत वाटते?

स्वामी : राष्ट्रानंद, असे रागावू नये. प्रवृत्ती व निवृत्ती यांचा हा झगडा सनातन आहे.

गृहस्थ : पण समाजसेवा करायला संसार सोडला पाहिजे असे थोडेच आहे!

राष्ट्रानंद : तुम्ही संसारातल्या लोकांनी काय दिग्विजय लावले आहेत असे? कैदी आणि संसारी मनुष्य सारखाच.

गृहस्थ : आम्ही जगातले कैदी असलो, तर निवृत्तीचे स्तोम माजविणारे तुम्ही अंदमानातील कैदी आहा.

स्वामी : कडू शब्दांनी शेवट काही गोड होत नाही.

गृहस्थ : त्या बिचारीला मरणाखेरीज आता दुसरे काहीच गोड वाटणार नाही. स्वामीमहाराज, प्रेम हे धर्माचे मूळ आहे ना?

स्वामी : अलबत, साधुसंतही जगावर प्रेम करतात. 'वसुधैव कुटुंबकम्' अशी त्यांची वृत्ती असते.

गृहस्थ : मग जगावर प्रेम करायला निघालेल्या या तुमच्या राष्ट्रानंदाने आपल्यावर प्रेम करणाऱ्या प्रेमळ पत्नीचा त्याग करणं योग्य आहे काय?

राष्ट्रानंद : हजारो जीवांपेक्षा एका जिवाची योग्यता जास्त नाही, हे साधे

अंकगणित तुला बी.ए. होऊनही समजत नाही?

गृहस्थ : मी जर नुसताच बी.ए. झालो आहे. तू भगवा बी.ए. असूनही 'आधी कळस मग पाया' असे आपले वर्तन होत आहे, हे तुला समजू नये ना? कौटुंबिक प्रेमाचा पाया खणून काढून, तू विश्वप्रेमाचे मंदिर उभारणार आहेस. झाडाच्या मुळावर कुऱ्हाड चालवून त्याच्या फळांनी हजारो माणसांची क्षुधा भागविण्याची ईर्ष्या धरीत आहेस. तुझा शांतपणा तुझ्या बायकोचा जीव घेत आहे. तुला प्रत्यक्षच दाखवितो तुझा जुलूम!

राष्ट्रानंदाचा स्नेही त्या आवेशाच्या भरात ओवरीबाहेर गेला व थोड्याच वेळात एका सोळा-सतरा वर्षांच्या मुलीला घेऊन परत आला.

स्वामी व राष्ट्रानंद दोघेही विचारमग्न होऊन बसले होते.

गृहस्थ : स्वामीजी, ही पाहा राष्ट्रानंदाची बायको.

स्वामी : राष्ट्रानंद, तुमची इच्छा असेल तर पुन: संसारात पडा, माझी हरकत नाही.

राष्ट्रानंद : समुद्राला मिळालेली नदी काही पुन्हा परत पर्वताकडे येत नाही. आपल्या आज्ञेप्रमाणे वागण्याची मी शिष्य होताना शपथ घेतली आहे. आपण मला पुन्हा संसाराच्या तुरुंगात कोंडून ठेवणार?

स्वामी : संसार हा समुद्र आहे. त्यात रत्ने आहेत व नक्रही आहेत. त्यातून उत्तीर्ण झालेल्या मनुष्याला मी पुन्हा त्यात उडी टाकायला कसे सांगू?

गृहस्थ : मग पतिविरहाचा धोंडा गळ्यात बांधल्यामुळे ही मुलगी त्यात बुडाली, तर हरकत नाही?

राष्ट्रानंद : मी मेलो असतो तर हिने काय केले असते?

ती मुलगी थरथर कापत होती. मान थोडीशी वर करून ती म्हणाली,

"इडा पिडा टळो न् अमंगळ पळो."

स्वामी : राष्ट्रानंद, संन्यासी होऊन तू अनुराग सोडलास पण तुझा राग कायमच आहे.

गृहस्थ : राग असून जर मोक्षसाधन करता येते, तर अनुराग असूनही ते का करता येऊ नये?

स्वामी : मुली, तुझ्या नवऱ्याने धर्माच्या सेवेचा मार्ग पत्करला आहे. लढाईवर जाणाऱ्या सैनिकाला त्याच्या बायकोने अडविणे हे बरे का?

ती मुलगी एकदम उसळून म्हणाली,

"नवऱ्याने बायकोलाही लढाईवर न्यावे. मी यांच्याजवळ नसले, तर यांची सेवाशुश्रूषा कोण करील? हे पोटभर जेवले न जेवले हे कोण पाहील? यांचे कपाळ दुखू लागले, तर ते कोण चेपील? यांना करमेनासे झाले, म्हणजे गाणे म्हणून यांना

आनंदित कोण करील? पतीचा सहवास नसलेली पत्नी व पाण्याबाहेर टाकलेली मासोळी यांत फरक काय?

स्वामी : राष्ट्रानंद, तुझे काय म्हणणे आहे?

राष्ट्रानंद : टाकलेला संसार हे वमन आहे. त्याचे पुन्हा मी आपण होऊन सेवन करणार नाही. तथापि, माझे खरे कर्तव्य काय, हेच मला कळेनासे झाले आहे. आपण दाखवाल, त्या मार्गाने जायला मी तयार आहे.

स्वामी : मुली, याची इच्छा नसताना याला संसारात पडण्याची आज्ञा मी कोणत्या तोंडाने देऊ?

"महाराज, आपल्या एकुलत्या एक मुलीचा नवरा संन्यासी झाला असता, तर आपण त्याला काय उपदेश केला असता?" त्या मुलीने विचारले.

स्वामी गोंधळून गेले, फोटोतील चार महिन्यांची वसुधा मोठी होऊन त्यांच्या डोळ्यांपुढे उभी राहिली.

'माझी लाडकी वसुधा जर आज जिवंत असती, तर या मुलीएवढीच दिसली असती. तिच्या नवऱ्याला आपण आपल्या शिष्यवर्गात दाखल करून घेतले असते काय? जावयाला जरीच्या रुमालाऐवजी भगवी वस्त्रे देण्याला आपला हात पुढे झाला असता काय? 'अष्टपुत्रा सौभाग्यवती भव' या आशीर्वादाऐवजी 'निपुत्रिका वियोगिनी भव' हे शब्द आपल्या मुलीला उद्देशून उच्चारण्याला आपली जीभ धजली असती काय? लग्नाच्या वेळी ज्या हाताने कन्या जावयाला दिली, ज्या हाताने त्या जोडप्याच्या तोंडात साखर घातली, त्याच हाताने तिला जावयापासून तोडणे, त्याच हाताने कन्येच्या संसाराची माती करून ती तिच्या तोंडात घालणे जगात फत्तराच्या हातून देखील होणार नाही.' इत्यादी विचार त्यांच्या क्षुब्ध हृदयसागरात उसळू लागले, 'ही माझी मुलगी असती, तर मी काय केले असते?' ह्या प्रश्नाने त्यांना एक नवीनच दृष्टी दिली. राष्ट्रानंदाकडे वळून ते म्हणाले,

"राष्ट्रानंद, तुझा माझ्यावर पूर्ण भरवसा आहे ना? मी तुझ्या कल्याणाचीच गोष्ट सांगेन, अशी तुझी खात्री आहे ना?"

राष्ट्रानंद : तुफान वादळात नौकेला कर्णधाराखेरीज दुसऱ्या कुणाचा आधार असणार? महाराज, पत्नीचा त्याग करणे हे पाप आहे, हे मला कळते पण वैराग्याचा मार्ग संसारापेक्षा अधिक श्रेयस्कर असल्यामुळे तो टाकून देणे हेही पाप आहे, असे मनाला वाटते. 'किंकर्म किमकर्मेति' अशी अर्जुनाप्रमाणे माझी स्थिती झाली आहे. आपण जी आज्ञा कराल, जो मार्ग दाखवाल, तो मला शिरसामान्य आहे.

वसुधानंद : मग तू आपल्या पत्नीचा स्वीकार कर. धर्मपत्नीचा त्याग करून तुला धर्मसेवा करता येणार नाही. जीवितरथाच्या प्रगतीला पत्नी अडथळा आणते,

असे आम्ही म्हणतो पण रथाचा कणा मोडला असताना आपला हात तिथे घालून कैकयीप्रमाणे ती रथाचे व पतीचे संरक्षण करणार नाही, असे कुणी म्हणावे?

राष्ट्रानंद : महाराज, आपल्या आज्ञेबाहेर मी नाही. पण आपल्या कुटुंबात गुरफटून जाण्यापेक्षा 'वसुधैव कुटुंबकम्' असे वर्तन ठेवणे अधिक श्रेयस्कर, असे आपले म्हणणे होते. आपली आज्ञा त्या उपदेशाच्या विरुद्ध नाही का?

वसुधानंद : त्या उपदेशानेच मला ही आज्ञा करावयाला लाविली. 'वसुधैव कुटुंबकम्' अशी वृत्ती मला ठेवायची आहे, म्हणून ही मुलगी माझी आहे, असे मानून हिच्या विनंतीचा मी विचार केला. माझ्या मुलीच्या नवऱ्याला मी कधीही संन्यासी होऊ दिले नसते; मग माझ्या कार्याच्या उत्साहात हिच्या प्रेमाकडे मी दुर्लक्ष केले, तर ते 'परदुःख शीतळ' असेच होईल. 'वसुधैव कुटुंबकम्' याचा अर्थ मला आज समजला. धर्मसेवेसाठी मजकडे येणाऱ्या माणसांपैकी कित्येकांना प्रेमळ आईबाप असतात, कित्येकांना त्यांच्यासाठी झुरणाऱ्या व जीव पाखडणाऱ्या बायका असतात. 'वसुधैव कुटुंबकम्' अशी वृत्ती ठेवणाचा प्रयत्न करणाऱ्या माणसाने आईबापांच्या अगर पत्नीच्या दृष्टीने पाहायला नको काय?

स्वामींच्या या प्रेमळ व उदार उद्गारांमुळे ती मुलगी अगदी गहिवरून गेली. तिने स्वामींचे पाय धरले व सद्गदित स्वराने ती म्हणाली,

"महाराज, माझे पतिदैवत मला परत देऊन आज माझ्या संसाराला आपण देवळाचा पवित्रपणा आणला. आपण जर माझी विनंती नाकारली असती, तर माझा हा संसार स्मशानासारखा झाला असता. मी इथे गुरुद्वादशीला आले, ती जिवाचे बरे-वाईट निर्णय करूनच आले. आपण जर माझे दुःख दूर केले नसते, तर कृष्णामाईच्या कुशीत शिरून मी त्याला कायमची जलसमाधी दिली असती.." तिने पदराखालून एक फोटो काढला व आनंद आणि दुःख यांनी मिश्रित अशा स्वराने ती म्हणाली,

"आई, घटकेपूर्वी तुझ्याबरोबर आगगाडीखाली मी चेंगरून मेले असते, तर बरे झाले असते, असे मला वाटत होते. आता मला जगावेसे वाटते! याबद्दल मला तू आप्पलपोटी नाही ना म्हणणार? बाबा, घटकेपूर्वी तुमच्या वसुधेला उभ्या जगात कोणी नाही, म्हणून मी तुमचा धावा करीत होते! पण आता स्वामीमहाराजांसारखे मायेची पाखर घालणारे मला मिळाले आहेत, हे पाहून तुम्ही कुठेही असला, तरी तुम्हाला आनंदच होईल.'

तिचे हे शब्द ऐकताच स्वामी कावरेबावरे होऊन उठले. त्यांनी तिच्या हातातील फोटोकडे पाहिले व एकदम 'वसुधे, बाळ वसुधे!' म्हणून तिला जवळ ओढले. क्षणार्धात वसुधेचे मस्तक डोळ्यांतील अश्रुधारांनी ओलेचिंब झाले. स्वामींनी वसुधेला जवळ ओढले, त्या वेळी त्यांनी छाटीच्या आत ठेवलेला फोटो खाली

पडला. राष्ट्रानंद व त्यांचा स्नेही या दोघांनाही तो फोटो व वसुधेच्या हातातील फोटो एकच आहेत, हे तत्काळ कळून चुकले.

आनंदाचा भर ओसरताच स्वामी म्हणाले,

''राष्ट्रानंद, माझी वसुधैव कुटुंबकम् वृत्ती जागृत होती, म्हणूनच कन्येच्या संसारात माती कालविण्याचे व तिच्या हत्येचे ही दोन्ही पापे माझ्या हातून झाली नाहीत. तुझी पत्नी-ही वसुधा - ही माझी एकुलती एक मुलगी. आगगाडीच्या अपघातात माझ्या पत्नीबरोबर हीही मरण पावली, असे कळताच सोळा वर्षांपूर्वी मी संन्यास घेतला. 'वसुधानंद' या माझ्या नावाकडे पाहा. हे नाव माझ्या लाडक्या मुलीचे स्मृतिचिन्ह म्हणूनच मी धारण केले.''

स्वामींचे भाषण संपते न संपते, तोच एक प्रौढ विधवा धावत धावतच त्यांच्या ओवरीत आली. तिला पाहताच मुलगी आनंदाने म्हणाली,

''मावशी, मावशी, तुझा दत्त नवसाला पावला हं, आज मला इकडचे पाय पुन्हा दिसले. एवढेच नव्हे, तर ते वडिलांच्या वरदहस्ताने परत मिळाले. मावशी, देव दयाळू आहे नाही गं?''

गळा व डोळे भरून आल्यामुळे वसुधेला पुढे बोलवेना. तिने मावशीच्या कुशीत डोके खुपसले व ती आनंदातिरेकाने स्फुंदू लागली. स्वामींनी कुतूहलाने विचारले,

''मावशी, माझी ही मुलगी तुम्हाला कुठे सापडली?''

मावशी म्हणाल्या,

''महाराज, वसुधेचे कन्यादान करण्याचा अधिकार मी बळकावला, म्हणून देव कोपला व हिचा नवरा हिला सोडून गेला, असे मला वाटू लागले होते. आज आपण जावयाला कन्यादान करण्याऐवजी कन्येलाच जावई परत मिळवून दिला आहे; तेव्हा देवाच्या दृष्टीने तरी मी निरपराधी आहे.''

स्वामी : लक्ष्मणाने रानात टाकलेल्या सीतेचे जसे गंगा व पृथ्वी यांनी पालन केले, तसे तुम्ही माझ्या वसुधेचे केले आहे. त्यात तुमचा अपराध कसला?

मावशी : अपराध गायवासरांची ताटातूट करण्याचा पण तो प्रेमाने केला, महाराज. मूल ना बाळ अशी मी एकटीच जगात होते. पंढरपूरला जा, नरसोबाच्या वाडीला जा, असे करून मी काळ कंठीत होते. पण मनाची तळमळ काही केल्या कमी होईना. अशीच एकदा मी आगगाडीतून पंढरपुराहून परत येत होते. डब्यात माझ्यासमोर एक बाई व त्यांचे भाऊ बसले होते. बाईंच्या मांडीवर एक मुलगी होती. त्या तिच्या हातात एक फोटो देऊन खेळवीत होत्या. त्या मुलीचे मी किती मुके घेतले तिला किती खेळविले, हे सांगून सोय नाही. चार घटकांत चार जन्मांची तिची माझी ओळख आहे, असे मला वाटू लागले. आम्ही बोलत चालत असतानाच

आमच्या आगगाडीची दुसऱ्या गाडीशी टक्कर झाली, नि क्षणात त्या गाडीला व भोवतालच्या जागेला स्मशानाचे स्वरूप आले. त्या धक्क्यासरशी मी बेशुद्ध झाले. थोड्या वेळाने डोळे उघडून पाहते, ती मुलगी माझ्या मांडीवर बसली असून, रडत आहे. तो फोटो मात्र तिच्या हातातच होता. जवळच कितीतरी माणसे मरून पडली होती. त्यांत मुलीची आई व मामाही होते. या मुलीचे रक्षण मीच करावे, अशी देवाची इच्छा होती. म्हणूनच मला त्याने अशा प्रळयात जिवंत ठेविले व मुलीला माझ्या मांडीवर दिले, असे माझ्या मनाने घेतले. तेव्हापासून ही वसुधा माझा जीव की प्राण होऊन बसली आहे. मी आपल्यापासून मुलगी तोडून आपल्याला दु:ख दिले. याची कोणत्या तोंडाने क्षमा मागू?''

स्वामी म्हणाले,

''क्षमा कसली मागायची यात? ईश्वरी नेमाप्रमाणे सर्व गोष्टी घडायच्या, तशा घडल्या!'' नंतर ते राष्ट्रानंदाकडे वळून म्हणाले, ''पाहिलेस, मावशींनी त्या भयंकर अपघातात एका परक्या मुलीला जवळ केले, याचे कारण तरी काय? वसुधैव कुटुंबकम् वृत्ती हेच. याच वृत्तीने वसुधेचे ती तीन-चार महिन्यांची असताना आगगाडीच्या अपघातातून व आज आत्महत्येपासून रक्षण केले. सगळ्या प्रवृत्तींचे व निवृत्तींचे सार एकच आहे, नाही का?''

■

तीन मने

तिचे डोळे पाण्याने भरले होते.

कुणीतरी विचारले,

'काय झालं?'

ती रडत रडत म्हणाली, 'माझा नवा फ्रॉक फाटला. आता तो शिवला, तरी वाईटच दिसणार!'

या गोष्टीला एक तप होऊन गेले.

तिचे डोळे पाण्याने भरले होते.

कुणी तरी विचारले,

'काय झालं?'

ती रडत रडत म्हणाली,

'माझा हात भाजला. पातळ जळलं, त्याचं काही नाही. पण माझा हात-आता जन्मभर विद्रूप दिसणार!'

या गोष्टीला एक तप होऊन गेले.

तिचे डोळे पाण्याने भरले होते.

कुणीतरी विचारले,

'काय झालं?'

ती रडत म्हणाली,

'माझा बाळ...'

तिला पुढे बोलवेना. स्फुंदत स्फुंदत मोठ्या कष्टाने ती उद्गारली,

'मला कपडे नकोत, दागिने नकोत, काही नको. एक बाळ हवा... देवा, माझं औक्ष घे. पण माझ्या बाळाला ते भरपूर दे!'

■

वधू-परीक्षा

"**स**रकारस्वारीने असे विचारात पडण्याचे कारण नाही. आपणाकडून होकार मिळण्याचा अवकाश, की एक सोडून हजारो मुली आपल्या पायांवर लोटांगणे घालीत येतील. रंभा- उर्वशी, गार्गी- मैत्रेयी, कसली- वाटेल तसली मुलगी मिळेल.''

वृद्ध कारभाऱ्यांचे शेवटचे वाक्य ऐकून तर दीनबंधु महाराजांना हसूच कोसळले. ते हसत हसत म्हणाले,

"आमच्या संस्थानात स्त्रीशिक्षणाचा फारसा प्रचार झाला नसतानाही गार्गी- मैत्रेयी निर्माण झाल्या आहेत म्हणावयाच्या! पण असल्या तत्त्ववेत्त्या मुलीशी लग्न करून माझा निभाव कसा लागणार? अशा गार्गीला घरात आणली की पतीने गर्गाचार्यांच्या मुहूर्तावर घर सोडायला पाहिजे.''

"हा हा हा! राजकुमारांच्या पाठशाळेत श्रीमंतांनी ज्योतिषशास्त्राचे देखील चांगलेच अध्ययन केलेले दिसते. माझे म्हणणे इतकेच, की आपले राज्य अंगठीच्या खड्यासारखे असले, तरी त्यात आपणाला पाहिजे तसे वधूरत्न हा हा म्हणता मिळेल.''

"हा हा म्हणता? समुद्रातल्या रत्नासाठी पाणबुड्यांना पातळाचा ठाव पाहावा लागतो; भूमीच्या गर्भातील रत्नासाठी माणसांना खोल खाणी खणाव्या लागतात; मग माणसांतले रत्न - कारभारीसाहेब, डोळ्याचे पाते लवते न लवते, इतक्यात आपण कसे संपादन करणार?''

"हा हा हा! महाराज, काव्यही चांगलेच पढले आहेत. वा! काय उपमा न् काय अलंकार! माझ्यासारखा बुट्टा धोंडा काय उत्तर देणार या रत्नाच्या प्रश्नाला?''

"कारभारीसाहेब, जगात सुखासुखी मिळणारे एक देखील

रत्न नाही. य:कश्चित गाडीवाल्याच्या हातात नाचणारा चाबूकच पाहा! हे रत्न पैदा करायला देवदानवांना समुद्र चौदा वेळा घुसळावा लागला.''

''इंग्रजी घडाघड बोलत असूनही महाराजांचे पुराणांवर इतके प्रेम आहे, ही आनंदाची गोष्ट आहे. याला म्हणावे धर्मनिष्ठ! आपल्या राजरत्नाची गृहलक्ष्मी होईल, ती भाग्यवान म्हटले पाहिजे.''

कारभारी साहेबांच्या राजनिष्ठ भाषणांचा गेल्या महिन्यात राजकुमारांच्या पाठशाळेतून आल्यापासून दीनबंधु महाराजांना पुरा परिचय झाला होता. ते हसत हसत म्हणाले,

''पण ही गृहलक्ष्मी शोधायची कोठे, हेच मला कोडे पडले आहे. ती संपत्तीच्या सागरात वास करीत असेल की विद्येच्या गिरिशिखरावर राहत असेल, की...''

''यात कोडे कसले आहे, महाराज? आमचा एक जुना श्लोक आहे. तो आहे आपला वधूपक्षाचा पण मोठा मार्मिक आहे. काय बरे तो? हं, 'मिष्टान्नमितरे जना:' असा त्याचा शेवट आहे. त्यात असे सांगितले आहे, की मुलगी रूपाकडे, बाप विद्येकडे, आई पैशाकडे व आप्तइष्ट कुळाकडे पाहतात. याच चार चाळणी आपण वधूपरीक्षेला लावायच्या. प्रथमत: मुली पाहून त्यांतल्या सुरूप एका बाजूला काढावयाच्या या सुभद्रांपैकी कुबेराच्या मुली शोभतील, त्याच निवडायच्या. या दोन चाळणींतून एकापेक्षा अधिक मुली राहिल्याच, तर चंद्र-सूर्याशी कुणाचे नाते लागते अगर सरस्वतीचा वरदहस्त कुणावर आहे, याची चौकशी करायची. या चार तटांतून बालेकिल्ला गाठणारी मुलगीच राज्ञीपदाला योग्य होईल.''

''कारभारी, तुम्ही जग वधूपरीक्षा कशी करते, ते सांगितलेत. पण रूप, द्रव्य, कुळ व विद्या या चतुरंगबलाने युक्त असलेली मुलगी संसाराच्या समरांगणात विजय मिळवीलच, असे मला वाटत नाही. या चार गोष्टी असूनही तिचे हृदय उदार व कोमल असेलच, असा नियम नाही. मुख चंद्रासारखे असले, म्हणून हृदयात तप्त जगाला शीतलता देण्याचा धर्म असेलच, म्हणून कुणी सांगावे? घरी पाण्यासारखा पैसा असला, म्हणून स्वभाव अग्नीसारखा तापट असत नाही, असे थोडेच आहे! कुळाविषयी म्हणाल, तर कर्ण सांगतो तेच खरे, 'दैवायत्तं कुले जन्म!' शत्रूशी वाघाप्रमाणे लढणाऱ्या बाजीरावांच्या कुळातच पळपुटा बाजीराव जन्माला आला. राहता राहिली विद्या! विद्येच्या उदयाने हृदय सुप्रकाशित होते खरे पण पुष्कळ वेळा सरस्वती जिव्हाग्रीच वास करीत असते. जिभेचे मूळ हृदयापासून फार दूर असते, हे मी काय तुम्हाला सांगितले पाहिजे?''

दीनबंधु महाराजांचे हे छोटे व्याख्यान ऐकून कारभारी सर्दच झाले. एखाद्या संस्थानिकांची गोरीपान मुलगी आणली की मुहूर्त ठरला, अशी महाराजांच्या लग्नाच्या बाबतीत त्यांची समजूत होती. पण महाराजांचे हे भाषण ऐकताच त्यांना

बोहल्यावर चढविणे म्हणजे हिमालय चढून जाणे आहे, अशी त्यांची खात्री पटली. शिवाय दीनबंधु महाराजांना मुलगी देण्यासाठी राजधानीतील मोठमोठ्या सरदार-सावकारांत अहमहमिका लागली होती. हे सर्व लोक पाण्यासारखा पैसा खर्च करायला तयार होते व त्यात आपले हात सहज ओले होणार, अशी कारभाऱ्यांना आशा होती. पण महाराजांची वधूची कल्पना पाहताच संस्थानिकांच्या लग्नाच्या समुद्रात बुडून आपण कोरडेच्या कोरडेच राहणार, असे त्यांना वाटू लागले. शेवटी काही तरी बोलावयाचे, म्हणून ते म्हणाले,

"महाराजांचे विचार फार प्रगल्भ आहेत पण... पण..."

"पण काय?"

"पण? आपण म्हणता ही वधूपरीक्षा नव्हे, हृदयपरीक्षाच आहे. अन् हृदयपरीक्षा एकट्या परमेश्वरालाच करता येते."

"मनुष्यात परमेश्वराचा अंश आहेच ना? मग त्याला हृदयपरीक्षा का करता येणार नाही? संसार शरीरांनी होत नसतो; हृदयांनीच होतो. सोन्यासारख्या कांतीला भुलून मी कृष्णहृदयाचा स्वीकार केला, अगर कोमल तनुलतेला मोहून जाऊन मी कठोर मन पदरात घेतले, तर ते जन्माचे शल्य होणार नाही का? संसाररथात पतिपत्नी ही रथी-सारथी असतात. ती कृष्णार्जुनाप्रमाणे असली, तर यश मिळते; शल्य-कर्णाप्रमाणे असली, म्हणजे पराक्रम मातीमोल होऊन जातो. आमचे हे चिमुकले संस्थान सुखी व्हावे, म्हणून मी हजारो मनोराज्ये केली आहेत पण पुरुषांची मनोराज्ये सफल होणे वा न होणे हे त्याला मिळणाऱ्या पत्नीवर अवलंबून असते."

"खरे आहे." जड स्वराने मनातल्या मनात इंग्रजी शिक्षणाच्या नावाने खडे फोडीत कारभारी म्हणाले.

दीनबंधु थोडा वेळ विचारमग्न होऊन बसले होते. वादळात सापडलेल्या नौकेच्या कर्णधाराला ध्रुव दिसावा, त्याप्रमाणे त्यांना एकदम कल्पना सुचली. त्यांच्या चेहऱ्यावरील चिंतेचा काळिमा या विजेप्रमाणे चमकणाऱ्या विचाराने नाहीसा झाला. ते म्हणाले,

"असे करा. सगळ्या संस्थानात अशी दवंडी पिटवा, की राजेसाहेब संस्थानातीलच योग्य अशी वधू पाहून विवाह करणार आहेत. करिता आजपासून आठवे दिवशी ज्यांना ज्यांना आपल्या मुली दाखवायच्या असतील, त्यांनी सकाळी सात वाजता सरकारी इस्पितळात हजर व्हावे."

"राजवाड्यात ना? आपण चुकून इस्पितळात म्हटलेसे वाटते."

"चुकून नाही म्हटले, इस्पितळातच त्यांना बोलवा."

राजेसाहेबांचे बोलणे वेड्याच्या इस्पितळातून आलेल्या माणसासारखे कारभाऱ्यांना

वाटले पण करतात काय? 'सत्तेपुढे शहाणपण नाही' असे पुटपुटत दवंडीचा हुकूम द्यावयाला ते निघून गेले.

खेडोपाडी दवंडी पिटली गेली व संस्थानातल्या जनसमुद्रावर विस्मयाचे तरंग, कुतूहलाचे तुषार व आश्चर्याच्या लाटा यांची एकच गर्दी उसळली. राजवाड्यात मुली पाहायच्या सोडून इस्पितळाची जागा राजेसाहेबांनी मुक्रर का केली, याचा मी मी म्हणणाऱ्यांनाही अंदाज बांधता येईना.

दोन आशाळभूत सावकारांमध्ये यासंबंधाने चर्चा चालली असता एक म्हणाला,

"राजेसाहेबांना वेड लागले आहेसे दिसते. तरी बरे, स्मशानात अमावस्येच्या रात्री मुली दाखवायला आणा, म्हणून सांगितले नाही! पण करणार काय, म्हणा? अडला हरि न् गाढवाचे पाय धरी!"

दुसरा उत्तरला,

"अहो, राजेसाहेबांची निंदा करता करता तुम्ही स्वत:चीच करू लागलात. आमचे जावई व्हा, म्हणून गाढवाचे पाय धरणाऱ्यांची गणना त्याच जातीत व्हायची. राजेसाहेबांनी मुली पाहण्यासाठी इस्पितळाची जागा नक्की करण्यात फार दूरदर्शीपणा दाखविला आहे. राजेसाहेबांच्या बाबतीत रात्र थोडी न् सोंगे फार, अशी स्थिती होणारच. म्हणजे वर एक न् वधू फार. एकीची निवड झाली की निराशेने बाकीच्या बेशुद्ध होणार. त्यांना लवकर शुद्धीवर आणण्यासाठी हा समारंभ इस्पितळात घडवून आणण्याचे त्यांनी ठरविले असावे. एकीला राजेसाहेब व बाकीच्यांना ॲमोनिया मिळणार! ही खूणगाठ अगदी बांधून ठेवा."

वधूपरीक्षेची ही पद्धत नवीच असल्यामुळे जिकडे जावे तिकडे याच विषयाची चर्चा ऐकू येऊ लागली. राजेसाहेबांनी एकदम सगळ्या मुली बोलावल्या आहेत, तेव्हा जुन्या काळच्या स्वयंवरासारखे ते माळ घेऊन या बसलेल्या मुलींत फिरणार, की काय, अशी एकाने शंका काढली. दुसऱ्याला, ते बहुधा एखादा पण लावतील, अशी कल्पना सुचली. झाले; लगेच त्याचे डोके चालू लागले व राजेसाहेब कोणता पण लावतील, याचा शोध त्याने सुरू केला. ओल्या लाकडावर लवकरच चहा करण्याचा पण त्याचा त्यालाच गावंढळ वाटल्याने त्याने सोडून दिला. धनुष्यभंग अगर मत्स्यभेद असले पण राजेसाहेब लावतील, तर जमलेल्या सर्व मुली ते सहज जिंकतील, असे त्यांना वाटू लागले कारण भुवया मोडणे व डोळे मुरडणे या गोष्टी बायकांना कधीच शिकवाव्या लागत नाहीत. शेवटी इस्पितळातल्या रोग्यांचे कण्हणे जिच्या बोलण्यामुळे मधुर वाटू लागेल, तिच्याशीच लग्न करण्याचा राजेसाहेबांचा

संकल्प असावा, अशी त्याने आपली समजूत घातली.

मुलींच्या बाबतीत जात-पात, राव-रंक, यांचा भेद राजेसाहेब मानणार नाहीत, असेही जाहीर झाले होते. लग्नाच्या बाबतीत 'येथे पाहिजे जातीचे' असे ज्यांचे मत होते, ते राजेसाहेबांच्या धर्मभ्रष्टपणामुळे त्यांचे संस्थान खालसा होणार, असे उद्गार काढू लागले. राजेसाहेबांना भिकेचे डोहाळे आठवले, असे विचार श्रीमंत नागरिकांच्या मनांत येऊ लागले. 'इस्पितळ म्हणजे संस्थानातील उपवर मुलींच्या खानेसुमारीची जागाच होणार', अशी टीका उपवर मुली नसलेल्या लोकांनी करण्याला सुरुवात केली. यापेक्षा राजेसाहेबांनी लग्नाची एक लॉटरी का काढली नाही, म्हणजे संस्थानाच्या खजिन्यात भर पडून मुलींवरही इस्पितळापर्यंत आपली मिरवणूक काढण्याची पाळी आली नसती, अशीही मल्लिनाथी करण्यास एक जण चुकला नाही. राजवाड्यात बोलावणे असते, तर प्रतिष्ठित लोकच गेले असते; आता आपल्या रोगट मुली घेऊन वाटेल त्या वाटेवरल्या चोराने जावे. हिवतापाने मुलगी कापत असली, तरी राजेसाहेबांना ती भीतीनेच कापत आहे, असे वाटणार. तापाने एखादीचा चेहरा लाल झाला असला, तरी राजेसाहेब तो लज्जेनेच लाल झाला आहे, असे मानणार. मान वर करण्याची शक्ती नसलेली मुलगी विनयशील ठरणार, अशा प्रकारची टीका करीत करीत राजेसाहेबांचे सासरे होऊ इच्छिणारे सर्व धनिक आपापल्या मुलींना सजविण्यात दंग होऊन गेले.

सर्व जातींच्या गरीब-श्रीमंत मुलींना येण्याला हरकत नाही, अशी दवंडी पिटली गेली होती, तरी विषाची परीक्षा पाहावयाला फारच थोडे गरीब लोक तयार झाले. पाटीभर जरीचे शालू व पेटीभर सोन्यामोत्यांचे दागिने ज्यांच्यापाशी आहेत, त्यांचीच मुलगी राणी होणार, आपली लंकेची पार्वती नेऊन, हात दाखवून अवलक्षण कशाला करून घ्या, असेच प्रत्येक गरीब बाप स्वतःशी म्हणत होता. एखादा पांढरपेशा सुधारक खेडेगावातील अस्पृश्यांना शिवण्याची तयारी दाखवू लागला, तर अस्पृश्यच त्याला शिवायला तयार होत नाहीत. तसलाच प्रकार या नवीन स्वयंवराच्या बाबतीत झाला. चंद्रमौळी घरात वाढलेली मुलगी राजवाड्यात राणी म्हणून जाईल, ही कल्पनाच बहुतेकांना पटेना. राजेसाहेबांनी गोरगरीब लोकांची ही थट्टा तर आरंभिली नाही ना, असा किंतुही कित्येकांच्या मनांत आला. यामुळे हाताच्या बोटांवर मोजण्याइतक्याच गरीब मुली नेमलेल्या दिवशी इस्पितळात दिसत होत्या. बाकी सर्व ताटावरून पाटावर करणारांच्याच होत्या.

उपवर मुलींचे ते संमेलन म्हणजे अर्धस्फुट कलिकांची माळ अगर तारकांचा

मेळाच होता. जीर्णपणे अगर कृष्ण मेघ यांच्याप्रमाणे मधून मधून फिरणारे वृद्ध पालक जर त्या संमेलनात नसते, तर जगात सौंदर्य व आशा याचेच साम्राज्य आहे, असा पाहणाराला खास भास झाला असता. त्या कुमारिकांच्या डोळ्यांच्या रूपाने तारांगण व गालांवरल्या लालीच्या रूपाने उषा, आकाश सोडून खाली उतरली आहे की काय, असे वाटण्यासारखाच तो देखावा होता. राजेसाहेबांच्या परीक्षेत जास्तीत जास्त गुण मिळविण्याकरता प्रत्येक मुलीच्या बापाने आपल्या मुलीच्या अंगावर जास्तीत जास्त दागिने घातले होते. औषधांच्या पात्रांच्या आवाजाखेरीज त्या भव्य इस्पितळातील दिवाणखान्याने आतापर्यंत दुसरा आवाजच ऐकला नव्हता पण वधूपरीक्षेच्या निमित्ताने आज मात्र तो मंजूळ कंकणध्वनीने भरून गेला. प्रत्येक मुलीच्या हृदयात आशा व निराशा यांचे तुमुल युद्ध चालले होते. मुलींपैकी श्री नावाच्या मुलीने वेषावरून गरीब दिसणाऱ्या एका मुलीकडे पाहून म्हटले,

"वत्सले, तूही आज इथे आलीस का? बाकी राजेसाहेबांनी मुक्तद्वारच ठेविले आहे म्हणा!"

लगेच वत्सलेभोवती मुलींचा हा घोळका जमला.

श्रीच्या पाठोपाठ शारदा म्हणाली,

"पण वत्सले, माणसाने भांडवल पाहूनच व्यापार केला पाहिजे. तू कशाला आलीस इथे? ना श्रीसारखी लक्षाधीश, ना या सरस्वतीसारखी पदवीधर. बरे, रूपात तर त्या सुभद्रेच्या पासंगाला देखील लागायची नाहीस, माणसाने आपली पायरी सोडू नये, असे बाई मला वाटते. प्रेमाप्रमाणे आशाही आंधळी असते, म्हणूनच तुला येथे येववले. मी जर तुझ्या जागी असते, तर येथे यायच्या आधीच लाजेने अर्धमेली झाले असते. या एवढ्या मुलींतून तुझी निवड करावयाला राजेसाहेबांना काही वेड लागले नाही."

वत्सलेने काहीच उत्तर दिले नाही. शारदेचे हे व्याख्यान आणखीही लांबले असते पण त्या दिवाणखान्यातील कोपऱ्यात एक रोगी मूल होते, ते रडू लागल्यामुळे तिचे बोलणे बंद पडले.

"कारभाऱ्यांना या रोग्यांना दुसऱ्या खोलीत नेऊन ठेवायला सांगितले पाहिजे..." शारदा पुटपुटली.

तिचे वडील दिवाणखान्यात गंभीर मुद्रेने फिरणाऱ्या कारभाऱ्यांच्या कानाला लागले,

"सोन्यासारखे लग्न जमवायच्या ठिकाणी ही पिरपिर कशाला हो? दिवाळीत होळीचा खुंट! बाकी दिवाणखाना मोकळा केला आहे! ते चार दोन रोगी न् ते मूल नेऊन फेका ना दुसऱ्या खोलीत, म्हणजे..."

त्याच्या तोंडावर हात ठेवीत कारभारी म्हणाले,

“हा हा, असे बोलू नका. त्या रोग्यांना हलवू नये, असा खुद्द सरकारस्वारीचा हुकूम आहे.”

“म्हणजे सरकारस्वारी हे रोगी पाहणार की आमच्या मुली पाहणार?”

“पण या कोपऱ्यातल्या सर्व रोग्यांना दुसऱ्या खोलीत डांबून ठेवले, तर सरकारस्वारी इकडे फिरकणारच नाही.”

“सगळेच लहरी खाते दिसते आहे. हे रोगी म्हणजे काय राजज्योतिषी म्हणून या वेळेला हे इथे पाहिजेतच?” शारदेचे वडील स्वत:शीच कातावलेल्या स्वराने म्हणाले.

कोपऱ्यात मुलाजवळच्या खाटेवर पडलेला रोगी या दोघांचे भाषण कान देऊन ऐकत होता, असे दिसले.

कुमारिकागण अधीरतेने राजेसाहेबांची वाट पाहत होता. पण बाहेर जमलेल्या तमासगिरांच्या गर्दीखेरीज त्यांना काहीच दिसेना.

“राजा करील, ती पूर्व दिशा. जगाच्या डोक्यावर सूर्य आला, तरी राजेसाहेबांचे अजून उजाडावयाचे असेल!” अशी टीकाही हळूहळू सुरू झाली.

पुन्हा ते कोपऱ्यातले मूल रडू लागले. त्याच्याजवळचा खाटेवरला रोगी त्याला उगी करण्याचा प्रयत्न करीत होता. पण त्याचे रडणे काही केल्या थांबेना.

“अहो कारभारीसाहेब, त्या पोराला अफू तरी आणून घाला थोडी. आम्ही इथे राजेसाहेबांचे दर्शन घेण्याकरता आलो आहो. या शेंबड्यालेंबड्या पोराचे रडगाणे ऐकण्याकरता नाही!” अनेकांनी असह्य त्रास झाल्याच्या स्वराने सूचना केली.

मुलींपैकी पुष्कळांच्या कपाळाला आठ्या पडल्या होत्या.

कारभारीसाहेब म्हणाले,

“करणार काय? पुरते सहा महिन्यांचे देखील मूल नाही. बापड्याची आई कालच वारली. सारखा टाहो फोडते आहे.”

“आईबरोबर मेले असते तर काय जग बुडाले असते?” श्रीच्या वडिलांनी उद्‌गार काढले.

खाटेवरल्या रोग्याच्या भुवया या वाक्याने चढल्या व त्याचा चेहरा रागाने लाल झाला. पण इस्पितळातल्या भिकारड्या रोगाच्या रागाची पर्वा कुबेराला विकत घेऊ शकणाऱ्या श्रीच्या वडिलांना थोडीच होती.

मुलाचे रडणे सारखे वाढतच होते. आपण जावे व त्या मुलाला अंगाखांद्यावर खेळवून उगी करावे, असा विचार त्या मुलींपैकी तिघी-चौघींच्या मनांत आला. त्या दोन पावले पुढे देखील गेल्या. पण लगेच त्यांपैकी बहुतेकींचे मन माघार घेऊ लागले.

‘माझा हा शालू त्याच्या लाळेने घाण होईल न् तेवढ्यातच महाराज आले,

म्हणजे काम झाले. धर्म करताना कर्म उभे राहायचे!'

'आईने साडी कशी चापून चोपून नेसविली आहे; एकदा विसकटली, म्हणजे मला नाही पुन्हा नीट करता येणार! विसकटलेल्या साडीने मी महाराजांच्या डोळ्यांत थोडीच भरणार आहे? या पोराचे रडे बंद करायला जावे न् आपण जन्मभर रडत बसावे, हा उद्योग कुणी सांगितला आहे? कुणाचे पोर असेल, कुणाला माहीत, नाक वाहत असेल न् अंगाला घाण येत असेल. त्याला उगी करायला गेले, म्हणजे मत्स्यगंधा होऊनच मी परत यायची. कुणी सांगितल्या आहेत या लष्कराच्या भाकरी भाजायला आपल्याला?

धर्माचा विचार विजेपेक्षाही चंचल असतो; त्या दोन-तीन मुली टाकल्या पावलीच मागे परतल्या. एकटी वत्सला मात्र थेट कोपऱ्यात गेली व तिने ते मूल उचलून घेतले. 'या गेल्या आजीबाई परोपकार करावयाला' वगैरे उद्गार तिच्या कानांवर पडले पण तिने त्यांच्याकडे मुळीच लक्ष दिले नाही. खाटेवरला रोगी म्हणाला,

''रडून रडून त्याचा चेहरा सुकून गेला आहे. गालांवरून आसवांचे ओघळ वाहत आहेत.''

वत्सलेने त्या बालनारायणाकडे पाहिले व प्रेमभराने आपल्या लुगड्याच्या पदराने त्याचा चेहरा पुसला. दवबिंदू पडून नंतर सूर्यकिरण पडलेल्या कळीप्रमाणे ते बालमुख दिसू लागले. वत्सलेने त्याची दुधाची वाटी घेतली व त्याला मांडीवर घालून खालील गाणे गुणगुणत ती बोंडल्याने दूध पाजू लागली.

नीज कुठे गेली । वनमाळी । की कुणि चोरुनि नेली ॥
चोर तुला भेटे । उफराटे । नवल गमे हे मोठे ॥
निजली बघ रजनी । पांघरुनी । शेला अंगावरुनी ॥
निजले नभि तारे । हो सारे । लावुनि सारी 'दारे' ॥

त्या मधुर गाण्यानेच की काय, खाटेवरल्या रोग्याचा चेहरा ब्रह्मानंदाने भरून गेला. तो हळूच खाटेवरून उठून जवळच्या दाराने बाहेर गेला.

अर्ध्या घटकेच्या आत 'राजेसाहेब आले' असे म्हणत कारभारीसाहेब दरवाजाकडे धावले व सर्व वधूंचा जीव एकदाचा भांड्यात पडला, वत्सलाही त्या मुलाला खांद्यावर टाकून मुलींच्या मेळ्यात जाऊन मिसळली.

'राजेसाहेब आज वधूच पाहणार आहेत, दत्तक मुलगा नाही बरे!' असा तिच्या खांद्यावरल्या त्या बालजीवाकडे पाहून एकीने टोमणाही मारला.

राजेसाहेब आत येताच मृगारंभी मेघाकडे पाहणाऱ्या शेतकऱ्याच्या मुद्रेने सर्वजण त्यांच्याकडे पाहू लागले. वत्सलेला तो चेहरा आपण कुठे तरी पाहिल्यासारखा वाटू लागला. थोडासा विचार करताच खाटेवरल्या रोग्यासारखाच राजेसाहेबांचा चेहरा आहे, असे आढळून आले. ती आश्चर्यचकित झाली. इतक्यात राजेसाहेबांनीच बोलावयाला सुरुवात केली.

"सभ्य गृहस्थ हो, माझ्या विनंतीला आपण मान देऊन इथे आलात, याबद्दल मी आपला फार आभारी आहे. माझी वधूपरीक्षा झाली."

'न पाहताच परीक्षा! हे काय गौडबंगाल आहे?' अशा अर्थाचा प्रश्न सर्वांच्या मुद्रांवर स्पष्टपणे उमटला.

राजेसाहेब पुढे म्हणाले,

"हो, न पाहताच वधूपरीक्षा केली असेल, असे तुम्हाला वाटत असेल पण दोन-तीन तास डोळ्यांत तेल घालूनच मी माझी जन्माची सोबतीण निवडली. राज्ञीपदाकरिता श्री, शारदा, वेत्रिका, सुभद्रा वगैरे कुणी कुमारिका आज इथे आल्या आहेत, हे मला कारभारीसाहेबांकडून कळले पण कुटुंब अगर राज्य यांना त्यांच्यापेक्षा निराळ्या मुलीची जोड पाहिजे, असे मला वाटत असल्यामुळे पोरक्या पोराला प्रेमाने उचलणाऱ्या या मुलीचीच मी निवड केली आहे. कारभारीणसाहेब, हिचे नाव काय?"

"वत्सला."

"कारभारीसाहेब, राजाची सहचारिणी श्री, शारदा अगर वेत्रिका झाली, तर प्रजेला सुख लागणे शक्य नाही. तिथे वत्सलाच पाहिजे. या इस्पितळाच्या युक्तीने पडलो की नाही पार या वधूपरीक्षेतून?"

"खरी शिताफी आहे वत्सलाताईंची. आज परीक्षा जिंकली त्यांनीच! पण पूर्ण ज्ञान असल्याखेरीज परीक्षक तरी परीक्षा कशी घेणार! मग या परीक्षेचे अर्धे श्रेय महाराजांचे व अर्धे वत्सलाताईंचे, असे म्हटले पाहिजे."

"यापुढे प्रत्येक गोष्टीत असेच वाटे होणार तेव्हा अर्धांगीच्या या हक्काच्या वाट्याला वधूपरीक्षेपासूनच सुरुवात होऊ द्या."

■

सरत्या सरी

वि. स. खांडेकर

संपादक
डॉ. सुनीलकुमार लवटे

जे न देखे रवि..... अशी अलौकिक प्रतिभा लाभलेले कथाकार वि. स. खांडेकर. 'सरत्या सरी' हा त्यांचा असंकलित कथांचा अंतिम संग्रह.

१९७४ ते १९७६ या उत्तर काळातील कथांत सांकेतिकता, भावुकता, तरलता नि जीवनलक्ष्यी वृत्ती दिसून येते. माणुसकीच्या गहिवरांनी ओंथबलेल्या

या कथा लेखकानी प्रज्ञाचक्षूंनी जीवन न्याहाळत लिहिल्या. कथा केवळ शब्दप्रभू असता कामा नये, तर ती संवेदनगर्भ हवी, अशी प्रचिती आल्यानंतर लिहिलेल्या या कथा लेखकाच्या प्रतिभेच्या सरत्या सरी.

त्या जीवनाचा विद्युत प्रकाश घेऊन येतात नि ढगाआडच्या चांदण्यांची शीतलताही ! या 'सरत्या सरी'नी माणुसकीच्या नंदादीपाची सांजवात विझली, तरी मराठी शारदेचा गाभारा तिच्या विचार दरवळांनी मात्र नेहमीच सुगंधित राहील.

***

www.ingramcontent.com/pod-product-compliance
Lightning Source LLC
Chambersburg PA
CBHW060829250626
47162CB00005B/2001

* 9 7 8 8 1 7 1 6 1 3 5 0 2 *